श्रीशिल्लक

विनायक श्रीरंग कुलकर्णी

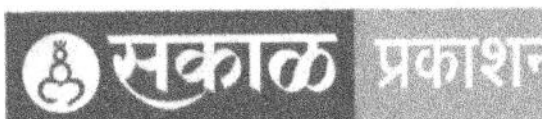

श्रीशिल्लक

© विनायक कुळकर्णी

प्रथमावृत्ती : मे २०१४

पाचवी आवृत्ती : ऑक्टोबर २०२२

प्रकाशक
सकाळ पेपर्स प्रा. लि.
५९५, बुधवार पेठ,
पुणे ४११००२

मुखपृष्ठ - मांडणी : **सुनील पाटील**

संपर्क – ०२०-२४४०५६७८ / ८८ ८८८ ४९०५०
sakalprakashan@esakal.com

श्री. पद्मभूषण देशपांडे...
मैत्र जपतानाच
मला सातत्याने
लिहिते ठेवणाऱ्या
तुझ्यातल्या 'संपादका'ला
''श्रीशिल्लक'' मन:पूर्वक अर्पण!

विनायक कुळकर्णी

प्रस्तावना

जवळजवळ तीन दशके लिहिते असलेल्या श्री. विनायक कुलकर्णी यांना लेखन इतकं अंगवळणी पडलं आहे की विनासायास त्यांची लेखणी सहज शब्दात विचार उमटवत जाते. त्यांचा पिंड देखील नाट्य कलाकाराचा असल्याने एखाद्या विषयाची मांडणी कशी केली पाहिजे याचे उत्तम ज्ञान त्यांचेकडे आहे आणि त्याशिवाय ते आर्थिक सल्लागाराची आणि स्तंभलेखकाची भूमिका देखील दीर्घ काळ बजावत असल्याने ह्या सर्वच गोष्टींचा उत्तम संगम आपल्याला त्यांच्या 'श्रीशिल्लक' ह्या पुस्तकात दिसतो. त्याशिवाय वैशिष्ट्य म्हणजे विषयांची मांडणी आवश्यक तिथे खोलात जाऊन केलेली आहे आणि त्यामुळेच या पुस्तकाचे केवळ माहिती म्हणून नव्हे तर व्यावहारिक महत्त्व सहज जाणवते.

'श्रीशिल्लक' नाव मोठे विलक्षण आहे. त्यात 'शिल्लक' आहे आणि 'श्री' देखील आहे. उत्पन्न आणि खर्चाचा ताळमेळ घातल्याशिवाय पुरेशी 'शिल्लक' पडणार नाही आणि शिल्लक योग्य प्रकारे गुंतवल्याशिवाय 'श्री' तरी प्रसन्न कशी होणार? त्यामुळे खर्च नियोजन, उत्पन्न आणि आवक व्यवस्थापन आणि धोरणी गुंतवणूक या तीनही विषयांचा मागोवा या पुस्तकातून घेतला गेलेला आपल्याला दिसतो. श्री. कुलकर्णी यांची आर्थिक विषयांवरच पुस्तके प्रसिद्ध झाली आहेत मग या पुस्तकाचे वैशिष्ट्य कोणते असा प्रश्न वाचकांना पडेल. या पुस्तकाचा जन्मच अशा लेखमालेतून झाला आहे कि ज्याचा उद्देशच सेवानिवृत्तिपश्चातचा काळ आर्थिकदृष्ट्या सुस्थिर जावा. या विषयाला वाहिलेल्या २६ लेखांतूनच या पुस्तकाचा जन्म झाला आहे आणि त्यामुळे त्यांच्या स्वतःच्या आणि इतरांच्या आर्थिक किंवा गुंतवणूकविषयक पुस्तकांपेक्षा या पुस्तकाचे वेगळेपण उठून दिसते आणि म्हणूनच सेवानिवृत्तीनंतर येणाऱ्या सर्वच विषयांची पूर्वतयारी म्हणून हे पुस्तक बघता येईल.

तारुण्य केव्हा सरले आणि चाळीशी केव्हा लागली याचे भानच बऱ्याच जणांना नसते मग निवृत्तीपश्चातचे नियोजन तर फारच दूरची गोष्ट. खरे म्हणजे हाच मोठा धोका असतो. तारुण्यातील अपत्यांच्या शैक्षणिक आणि इतर गरजा पुरवताना आपली पन्नाशी कधी आली हे देखील पटकन जाणवत नाही आणि निवृत्तीनंतरच्या नियोजनाला कधी कधी अकारण उशीर होऊन जातो. ह्याच धोक्याबद्दल जनजागृती करण्याचा देखील एक सुस हेतू श्री. कुलकर्णी यांचा या पुस्तकामागे असावा. म्हणूनच चाळिशीचा उंबरठा ओलांडलेल्या सर्वांसाठीच हे पुस्तक उपयुक्त आहे. त्याच वेळी हे नमूद करण्याची आवश्यकता आहे की या पुस्तकाचा उपयोग हा तेवढ्यापुरताच मर्यादित नाही. या पुस्तकाच्या अनुक्रमणिकेवर नजर टाकली असता ही व्याप्ती दृग्गोचर होईलच; त्याचा धावता आढावा पुढील परिच्छेदांमध्ये मी घेतला आहे.

अनेकदा बँकांकडे असलेल्या ठेवींची मुदतपूर्ती झाल्यानंतरही त्या ठेवींची रक्कम परत मिळवण्यासाठी कित्येक ठेवीदार पुढे येतच नाहीत. बरेच वेळा त्यांचे घरचे पत्ते देखील बदलतात पण त्याची सूचना बँकेपर्यंत पोहोचतच नाही. याला कारण बऱ्याच वेळा हे असते की आपल्या संचयाची आणि गुंतवणुकीची यादीच

त्यांच्याकडे तयार नसते. कधीकधी गुंतवणुका एवढ्या ठिकाणी पसरलेल्या, विभागलेल्या असतात की त्यातील कितीतरी खिजगणतीतच नसतात. पत्राशी उलटल्यानंतर तरी हे सर्व सुटसुटीत करावे आणि गुंतवणुकींचे पुरेसे तपशील ठेवावे असा सल्ला आपोआपच या पुस्तकातून प्रतीत होतो. त्यासाठी सुलभ असे तक्ते देखील श्री. कुळकर्णी यांनी दिले आहेत. आपल्या गरजा आणि उत्पन्न यांचा ताळमेळ, भाववाढीमुळे होणारी खर्चाची वाढ आणि त्यामानाने पर्याप्त अशा संचयाची आणि गुंतवणुकीची गरज, पेन्शन 'विकून' उभी राहणारी रक्कम अशा अनेक विषयांची तपशीलवार आकडेवारीसह या पुस्तकात मांडणी केली गेली आहे. ज्या वयोगटासाठी या पुस्तकाचे प्रयोजन आहे त्यांच्या मनात स्वेच्छानिवृत्ती, मुदतपूर्तीनंतर निवृत्ती हे विषय सातत्याने तरळत असतील म्हणूनच त्यादृष्टीने घ्यायची काळजी, आधीची तयारी आणि नंतरचे नियोजन या महत्त्वाच्या विषयांना या पुस्तकात स्पर्श केला गेला आहे हे अतिशय स्वागतार्ह आहे. आणखी विशेष म्हणजे स्त्रियांनी या बाबतीत काय विशेष काळजी घेणे आवश्यक आहे याचेही मार्गदर्शन या पुस्तकात आहे.

गुंतवणूक करायची म्हटली की अनेक यक्षप्रश्न उभे राहतात. नोकरी व्यवसायातून उत्पन्न बंद झाल्यामुळे गुंतवणूक किती उत्पन्न देते त्याला फार महत्त्व प्राप्त होते. त्या पायी अनेकदा अनाठायी जोखीम घेतली जाते. 'व्याज चढे पण मुद्दलच बुडे' अशी अवस्था होते आणि तसे होऊ नये म्हणून कसे डोळस राहायला हवे, पतमापन म्हणजे काय, ठेवी का कर्जरोखे, त्यातल्या त्यात गृहवित्त कंपन्यात ठेवी ठेवतानाचे लाभ काय, महागाईवरचा उपाय म्हणून शेअर्सकडे कसे बघावे, ते करताना काय काळजी घ्यावी अशा अनेक विषयांना पुस्तकात स्पर्श केलेला आहे, अर्थात हे पुस्तक काही गुंतवणूकविषयाला वाहिलेले नाही याचे भान लेखकाने ठेवले आहे; त्यामुळे सखोल विवरणासाठी जिज्ञासूंनी लेखकाच्या गुंतवणूकविषयक पुस्तकाचा अवश्य लाभ घ्यावा.

सेवानिवृत्तीनंतरचा काळ हा तणावरहित असावा ही सर्वांची इच्छा असते. त्या संदर्भात 'रिटायरमेंट होम्स' चा पर्याय जसा पुढे आला आहे तसेच 'उलट तारण' म्हणजेच 'रिवर्स मॉर्गेज' सारखे पर्याय सुद्धा पुढे आले आहेत; त्यांचादेखील अंतर्भाव या पुस्तकात आहे. आपल्या पश्चात तणाव निर्माण होऊ नये ही इच्छा सर्वांचीच असते आणि या दृष्टीने नामांकन, मृत्युपत्र, उत्तराधिकार प्रमाणपत्र अशा विषयांना देखील लेखकाने पुरेसा न्याय दिला आहे. एवढेच नव्हे तर सामाजिक जाणिवेतून देहदानासारख्या विषयाची देखील उपयुक्त माहिती दिली आहे. वानप्रस्थी जीवनाकडे वाटचाल करताना माणसाच्या प्रेरणा हळूहळू बदलत जातात. अनेक गोष्टी ज्या धावपळीच्या जीवनात करता आल्या नाहीत त्या करण्याची इच्छा असते. पुढच्या पिढीवर भार बनायचे नसते, उलट त्यांच्याही पुढील पिढीला आणि समाजाला काही देता येईल का ही भावना प्रबळ असते. पण नेमक्या याच प्रेरणांच्या पूर्तीसाठी आर्थिक स्थैर्य फार महत्त्वाचे ठरते. त्याची तयारी म्हणून या पुस्तकाकडे नक्कीच बघता येईल. विनायक कुळकर्णी यांनी असेच लिहिते राहावे म्हणून त्यांना आणि वाचकांचे आर्थिक जीवन या पुस्तकाच्या वाचनाने आणि मननाने सुस्थिर व्हावे म्हणून त्यांनाही शुभेच्छा देतो. या लेखमालेचे प्रेरक श्री. पद्मभूषण देशपांडे आणि सकाळ प्रकाशन या दोघांचेही या समयोचित प्रकाशनाबद्दल आभार.

डॉ. अभिजित फडणीस
संचालक
गिल्टएज फिनान्सिअल काउन्सिल प्रा. लि.

मनोगत

आज संपूर्ण जगातील सर्व देशांतील सरकारपुढे एकाच प्रश्नाने आव्हान उभे केले आहे. तो प्रश्न आहे वाढणाऱ्या सेवानिवृत्तांच्या संख्येचा आणि त्यांना द्याव्या लागणाऱ्या पेन्शन किंवा निवृत्ती वेतनाचा. प्राचीन काळात अगदी तीस-चाळीस हजार वर्षांपूर्वी मानवाचे आयुर्मान जेमतेम ३० वर्षे होते. त्याकाळात शिकारी संस्कृती असल्याने, विशिष्ट रोगांमुळे आणि निसर्गाच्या बदलामुळे गुहेत वास्तव्य करणारा मनुष्य तरुणपणातच मरण पावत होता. अर्थातच सेवानिवृत्तीचा प्रश्न येतच नव्हता. पण प्राचीन हिंदू वाड्मयातून तर वयोवृद्ध आणि ज्येष्ठ व्यक्तींनी समाजावर प्रभुत्व गाजवल्याचे दिसून आले आहे. द्रोण, भीष्म, कृपाचार्य यांच्यासारख्यांनी तर चक्क युद्धातही कामगिरी बजावली होती. पण तरीही हिंदू धर्मात वानप्रस्थाला महत्त्व देऊन वयाच्या पन्नाशीनंतर अध्यात्माकडे जाण्यास सुचवले आहे.

पाश्चात्त्य संस्कृतीत १८८९ मध्ये ७४ वर्षीय जर्मन चॅन्सेलर ओटो पॉन बिस्मार्क याने सर्वप्रथम सेवानिवृत्ती वयाची मर्यादा सामाजिक विमा कार्यक्रमासाठी निश्चित केली होती. कम्युनिस्ट पक्षाची लोकप्रियता वाढवण्यासाठी बिस्मार्कवर दबाव होता. म्हणून वयाची सत्तरी उलटलेले नागरिक या निवृत्ती लाभासाठी पात्र ठरले होते. खरे म्हणजे ही एक राजकीय खेळी होती. कारण त्याकाळात जर्मन लोक फार क्वचितच साठ वर्षांपिक्षा अधिक जगत असत. अमेरिकेत सुद्धा कॅलिफोर्नियातील डॉक्टर फ्रांसिस टौन्सेंड यांनी बघितले की प्रचंड नैराश्य आलेले ज्येष्ठ नागरिकांची अवस्था पैशाअभावी वाईट बनली आहे. त्यावेळी त्यांनी वयाची साठी ओलांडलेल्या प्रत्येकाला किमान २०० डॉलर्स दरमहा पेन्शन मिळण्यासाठी चळवळ सुरू केली. त्यांना पन्नास लाख लोकांनी पाठिंबा दिला. परिणामी अमेरिकेचे अध्यक्ष फ्रँकलीन रूजवेल्ट यांनी सामाजिक सुरक्षा कायदा मंजूर करून घेतला. अमेरिकन काँग्रेसने सेवानिवृत्तीची वयोमर्यादा ६५ वर्षे ठरवली. आज याच सामाजिक सुरक्षा योजनेपायी अमेरिकेची अर्थव्यवस्था अडचणीत आली आहे.

या सर्व पार्श्वभूमीवर भारतात सामाजिक सुरक्षा योजनेचा असलेला अभाव आणि पेन्शन देण्याच्या जबाबदारीतून सरकारने हळूच झटकलेले हात लक्षात घेता, आपल्या म्हातारपणाची आर्थिक तरतूद आपणच केली पाहिजे हे स्पष्ट आहे. संघटित क्षेत्रातील चार कोटी कर्मचाऱ्यांना कर्मचारी भविष्य निधीची सोय असून खाजगी पेन्शन फंडांनी अकरा कोटी कर्मचाऱ्यांना सुमारे ९६० अब्ज रुपयांच्या निधीची तरतूद केली आहे. परंतु आज भारतात दहा कोटीहून अधिक साठ वर्षांवरील ज्येष्ठ नागरिक आहेत. हीच संख्या २०२६मध्ये वाढून १७ कोटी ४० लाखांवर जाणार असून २०५०मध्ये ज्येष्ठ नागरिकांची

संख्या देशाच्या एकूण लोकसंख्येच्या १५-२० टक्के होणार आहे.

नेमक्या याच मुद्द्यावर 'सकाळ'चे कार्यकारी संपादक पद्मभूषण देशपांडे यांच्याशी चर्चा करत असताना देशपांडे यांनी सेवानिवृत्तीपश्चात काळ आर्थिकदृष्ट्या सुस्थिर करण्यासाठी नेमके कधी आणि कसे नियोजन केले तर उपयुक्त ठरू शकेल यांवर मला दैनिक 'सकाळ'मध्ये वर्षभर सदर लिहिण्यास सुचवले. या विषयाची व्याप्ती आणि मर्यादा लक्षात घेऊन दर आठवड्याऐवजी दर पंधरा दिवसांनी सदर लिहिणे शक्य असल्याचे मी त्यांना कळवले. या सदराला ''श्रीशिल्लक'' हे अतिशय योग्य आणि समर्पक शीर्षक देऊन देशपांडे आणि 'सकाळ'च्या सहसंपादक वैशाली रोडे यांनी मला लिखाणासाठी मुक्त वाव दिल्याने या विषयाला बऱ्यापैकी मी न्याय देऊ शकलो आहे असे मला वाटते. त्यासाठी त्यांचे आभार मानलेच पाहिजेत. दैनिक 'सकाळ'मधील माझ्या सदर लिखाणाचे हे चौथे पुस्तक आहे. सलग तीन वर्षे केलेल्या सदर लिखाणातून पुस्तकनिर्मितीची झालेली ही 'हॅट्ट्रिक' नक्कीच आनंददायी आहे.

या पुस्तकाला अर्थतज्ञ डॉ. अभिजीत फडणीस यांनी त्यांच्या व्यग्र कामकाजातून वेळ काढून अतिशय अभ्यासपूर्ण प्रस्तावना लिहून दिल्याबद्दल त्यांचे आभार मानलेले त्यांना आवडणार नाही, पण त्यांचे ऋण मान्य करणे माझे कर्तव्यच ठरते. कंपनी सेक्रेटरीच्या परीक्षेत भारतात गुणवत्ता यादीत पहिला क्रमांक, तर कॉस्ट अकौंटंटच्या परीक्षेत दुसरा क्रमांक आणि चार्टर्ड अकौंटंटच्या परीक्षेत संपूर्ण देशात अकरावा क्रमांक मिळवलेले डॉ. अभिजीत फडणीस हे चार्टर्ड फिनान्शिअल ॲनालिस्टच्या परीक्षेतसुद्धा संपूर्ण देशातून तिसरे आले होते. आयआयटी सारख्या प्रतिष्ठित संस्थेतून त्यांनी पीएच. डी. केली आहे. सध्या गिल्टएज फिनान्शिअल काउन्सिल प्रा. लि. कंपनीचे संचालक असलेल्या डॉ. अभिजीत फडणीस यांची प्रस्तावना माझ्या पुस्तकाला मिळाली हे मी माझे भाग्यच समजतो.

''श्रीशिल्लक'' या पुस्तकासाठी विषयाला न्याय देणारे आणि समर्पक मुखपृष्ठ निर्मिती बद्दल सुनील पाटील यांचेही मी मनापासून आभार मानतो. हे पुस्तक सकाळ प्रकाशनातर्फे आवर्जून प्रकाशित करण्यासाठी 'सकाळ'चे कार्यकारी संपादक पद्मभूषण देशपांडे यांनी केलेला आग्रह मला सुखद धक्का होता. त्यांचे आभार मानणे हे माझे कर्तव्यच ठरते. उत्तम पुस्तकनिर्मितीबद्दल 'सकाळ' प्रकाशनाचेही आभार!

ज्या वाचकांमुळे माझे लेखनसातत्य अखंड राहिले आहे आणि त्यांनी वेळोवेळी केलेल्या सूचना, दिलेल्या प्रतिक्रिया यामुळेच माझा लेखनप्रवास सुरूच आहे. माझ्या या पुस्तक निर्मितीला तुमचा उदंड प्रतिसाद मिळेल याची पूर्वानुभवांवरून खात्रीच आहे. लोभ आहेच, वृद्धिंगत व्हावा हीच प्रार्थना!

श्री. विनायक कुळकर्णी
मोबाईल : ९८९२१५२९२८
E-mail : vvskul@yahoo.com

अनुक्रम

 | **श्रीशिल्लक**

निवृत्तिपश्चात नियोजनासाठी
'चाळिशी'चा टप्पा महत्त्वाचा

निवृत्तिपश्चात आर्थिक नियोजन (Post Retirement Financial Planning) करण्याचा विचार बहुसंख्य लोक ज्या वर्षी (की ज्या महिन्यात?) सेवानिवृत्त होणार त्याच वेळी करायला सुरुवात करतात. पेन्शनचा लाभ असेल तर ती किती मिळणार? पेन्शनची विक्रीची किंमत (कम्युटेशन व्हॅल्यु) किती येणार? प्रॉव्हिडन्ट फंड आणि ग्रॅच्युइटीची रक्कम किती असेल? रजेच्या पगारावर (लिव्ह एन्कॅशमेन्ट) किती आयकर भरावा लागेल? या चार प्रश्नांभोवतीच गुरफटणारे आपले विचारचक्र निवृत्तीच्या नंतर शेवटचा धनादेश हातात पडेपर्यंत चालूच असते. हाती आलेली एवढी मोठी रक्कम... हो! एवढ्या आयुष्यात प्रथमच स्वतःची हक्काची रक्कम आपण बघत असतो कदाचित! पण या रकमेचं नियोजन किंवा गुंतवणूक करताना भावनेला महत्त्व दिलं जात असतं! खरं म्हणजे असे आर्थिक निर्णय हृदयापेक्षा मेंदूलाच अधिक लवकर कळतात. पण याला काय वाटेल... त्याला काय वाटेल... अमूक काय म्हणेल... असले वाटण्या-म्हणण्याचे भावनिक विचार आगामी भविष्यात आर्थिक प्रश्न उभारू शकतात.

या सर्व पार्श्वभूमीवर निवृत्तिपश्चात काळासाठी आर्थिक नियोजनाचा भाग ज्यावेळी आपण कमावते होतो त्याच वेळेपासून सुरू होतो. परंतु आपली मानसिकता हेच मानायला तयार नसते. '२५-३० वर्षांनंतर बघू... असे म्हणून 'रिटायरमेन्ट'चा विचार करण्याकडे संपूर्णपणे दुर्लक्ष करतो. महागाईचा राक्षस निवृत्तिपश्चात काळात अंगावर जसजसा येऊ लागतो, तसतसा शरीरावर आणि मनावर परिणाम होऊ लागतो. पोळ्यांची संख्या कमी होऊन गोळ्यांची (औषधांच्या) संख्या वाढायला लागते. परिणामी वैद्यकीय खर्चापुढे आपले आर्थिक गणित चुकायला लागते... आणि मागील ३० वर्षांत केलेल्या चुका किती गंभीर होत्या याची जाणीव होते. पण वेळ निघून गेलेली असते.

खरं तर किमान चाळिसाव्या वर्षापासून गांभीर्याने याचा विचार करावयाचा असतो. वयाच्या चाळिशीच्या आसपास ''चाळिशी'' (चष्मा) लागते. ते उगाच नाही. जगाकडे आणि स्वतःकडे अधिक डोळसपणे पाहण्यासाठी निसर्गाने दिलेले एक उपयुक्त भिंग आहे. ज्यावेळी आपण चाळिशीत पोहोचता,

त्यावेळी कमावत्या वयाची निम्मी वर्ष संपलेली असतात. उरलेल्या कमावत्या वर्षांत दर चार-पाच वर्षांत भांडवली खर्च उभे असतात. मुलांची दहावी-बारावी, अभियांत्रिकी-वैद्यकीय सारख्या व्यावसायिक अभ्यासक्रमांचा खर्च आणि त्यांचे लग्न या तीन घटकांत आपली आजवरची गुंतवणूक मार्गी लागलेली असते. या सर्व जबाबदाऱ्या संपल्यावरच निवृत्तिपश्चात काळाचा विचार मनात येईतो वयाची ५४-५५ वर्षे संपलेली असतात. अशा वेळी पहिल्यांदा जाणीव होते की आपण निवृत्तिपश्चात काळासाठी केलेली तरतूद फारच तोकडी पडते आहे. त्यात आजवरचा मानसिक आणि शारीरिक ताण सहन केल्यावर शरीराला जडलेल्या व्याधी वैद्यकीय खर्चात भर टाकत असतात. वैद्यकीय विम्याची आता खऱ्या अर्थाने गरज असताना वाढीव हप्ता भरूनही मनाजोगते वैद्यकीय विमा संरक्षण मिळत नाही... आणि म्हणूनच निसर्ग चाळिशीचा चष्मा देऊन आपल्याला वेगळ्या दृष्टीने बघायला भाग पाडतो. चाळिशीनंतर एकीकडे पेन्शन फंडस् तसेच नवीन पेन्शन योजनेत सातत्याने गुंतवणूक वाढवतानाच भविष्यातील चलनवाढीवर (महागाईच्या दरावर) मात करण्यासाठी शेअर्स किंवा म्युच्युअल फंडांच्या चांगल्या इक्विटी फंडातही गुंतवणूक केली पाहिजे. सर्व समावेशक वैद्यकीय विमा (मेडिक्लेम) उतरवतानाच वैयक्तिक अपघात विमाही जरूर उतरवावा. या वैयक्तिक अपघात विम्यात असणारी अपघातामुळे होणाऱ्या उत्पन्न नुकसानीची भरपाई देणारी तरतूद (Compensation for Loss of Income) महत्त्वाची ठरते.

निवृत्तिपश्चात आर्थिक नियोजनासाठी म्हणूनच 'चाळिशी'चा टप्पा महत्त्वपूर्ण ठरतो.

▢ ▢ ▢

गुंतवणूक करताना सर्वांत आधी आपण आपली उद्दिष्टे निश्चित केली पाहिजेत.

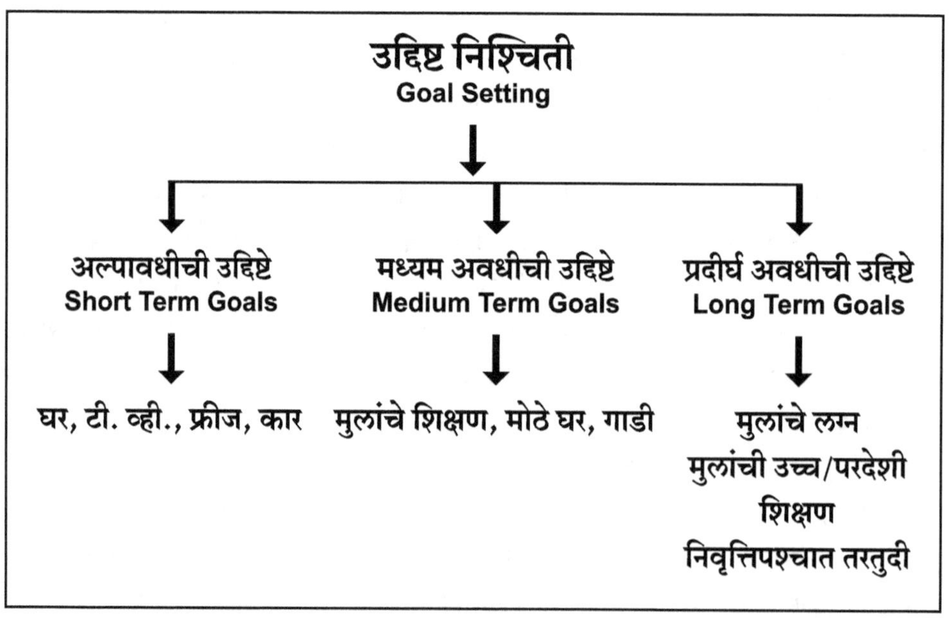

निव्वळ संपदा (नेट वर्थ)

जसजसे वय वाढते तसतशी जोखीम स्वीकारण्याची मानसिक क्षमता कमी होते. कायम नोकरीद्वारे उत्पन्न स्रोत असेल तर मर्यादित जोखीमयुक्त निर्णय घेता येतात. परंतु उत्पन्नातील अस्थिरता, शिरावर असलेल्या आर्थिक जबाबदाऱ्या (अर्थात यात कर्जेही आलीच) आणि अवलंबित व्यक्ती या तीन घटकांचा गांभीर्याने चाळिशीनंतर विचार केलाच पाहिजे. किमान पन्नाशीत प्रवेश करण्याआधी उपरोक्त तीन घटकांचे अवलोकन निवृत्तिपश्चात कालावधीतील गुंतवणूक नियोजनासाठी उपयुक्त ठरते.

पन्नाशीतील प्रत्येक व्यक्तीने आपली विद्यमान 'निव्वळ संपदा' (Net Worth) जाणली पाहिजे. आपल्या कौटुंबिक अर्थव्यवस्थेचे संपदा किमान दोन वर्षांतून एकदा नोंदवून, परिस्थितीचा आलेख चढता आहे की उतरता याची खातरजमा केली पाहिजे. आपली आजवरची बचत, गुंतवणूक, स्थावर-जंगम मालमत्ता आणि राहते घर यांची विद्यमान बाजारभावाने येणारी किंमत प्रथम नोंदवावी. बचत खात्यातील शिल्लक, बँक किंवा पोस्टाच्या मुदत ठेवीतील रक्कम, म्युच्युअल फंडांच्या डेब्ट योजनेतील गुंतवणूक तर इक्विटी फंडातील गुंतवणुकीचे बाजारमूल्य, शेअर्सचे बाजारमूल्य, सोन्या-चांदीतील अलंकार-वस्तू आणि ईटीएफ युनिट्स् किंवा ई-गोल्ड, ई-सिल्व्हर सारखे युनिट्स्मधील गुंतवणुकीचे बाजारमूल्य आणि शेतजमीन वा अकृषक जमिनीचे विद्यमान बाजारमूल्य बघून उपरोक्त सर्व किमतीची बेरीज करून आपल्या आजवरच्या मालमत्ता किंवा संपत्तीचे बाजारमूल्य लक्षात घ्यावे. शिल्लक गृहकर्जे, वाहनकर्ज वा अन्य कोणतेही कर्ज असेल तर त्यांची बेरीज करून उपरोक्त मालमत्ता/संपत्तीच्या एकूण बाजारमूल्यातून वजा करावे. एवढेच नव्हे तर क्रेडिट कार्डची उचल, विम्याच्या हप्त्यांची रक्कम सुद्धा वजा करावी. अशा प्रकारे मालमत्ता किंवा संपत्तीच्या बाजारमूल्यातून कर्जे किंवा इतर आर्थिक जबाबदाऱ्या वजा केल्याने आपल्याला कौटुंबिक अर्थव्यवस्थेची 'निव्वळ संपदा' समजून येते. निव्वळ संपदा जेवढी अधिक, तेवढी आपली अर्थव्यवस्था मजबूत असते. पण त्यासाठी पंचेचाळिशीनंतर उगाच कर्जाचा भार घेऊ नये. संपत्ती किंवा मालमत्ता निर्मितीसाठी (Asset Creation) अन्य आर्थिक जबाबदाऱ्या लक्षात घेऊनच कर्ज उचलावे. मात्र, त्या कर्जाचा भार डोईजड होणार नाही याची खातरजमा प्रथम करणे इष्ट ठरते.

<h2 align="center">मालमत्ता-जबाबदाऱ्या = निव्वळ संपदा (Net Worth)</h2>

अ. क्र.	संपत्तीचे वर्गीकरण	रक्कम रु.	पडताळणी दिनांक	कागदपत्रांची जागा	शेरा
१	सार्वजनिक भविष्यनिर्वाह निधी (PPF)				
२	पोस्ट गुंतवणूक (NSC,MIS,RD)				
३	बँक मुदत ठेवी				
४	कंपनी मुदत ठेवी				
५	पेन्शन फंड				
६	शेअर्स				
७	कर्जरोखे (Debentures)				
८	बॉन्ड्स्				
९	म्युच्युअल फंड (कर बचत योजना)				
१०	म्युच्युअल फंडाच्या इतर योजना				
११	स्थावर मालमत्ता				
१२	सोने-चांदी-प्लॅटिनम अलंकार				
१३	आयुर्विमा/युलिप योजना				
१४	भविष्यनिर्वाह निधी-सरकारी/कंपनी				
१५	ग्रॅच्युइटी				
१६	रोख/बँक बचत खात्यातील जमा				
१७	इतर व्यावसायिक/ वैयक्तिक गुंतवणूक				
A	मालमत्ता एकूण :				
१	आर्थिक जबाबदाऱ्या :.......कर्जे :......				
२	वचने : .... बंधने :				
L	जबाबदाऱ्या एकूण :				
	निव्वळ संपदा = A-L=				

आपल्या कौटुंबिक अर्थव्यवस्थेचे 'निव्वळ संपदा' वाढवण्यासाठी वयाच्या चाळिशीपासूनच प्रयत्न केले पाहिजेत. तुमच्या वार्षिक उत्पन्नाच्या १०% बचत करून गुंतवणूक करत असाल तर पुढील प्रत्येक वर्षी एक टक्क्याने बचत वाढवत न्यावी. असे किमान पाच वर्षे केले आणि त्यानंतर उर्वरित उत्पन्न निर्मितीच्या काळात (म्हणजेच सेवानिवृत्तीपर्यंत) वार्षिक उत्पन्नाच्या १५% दरवर्षी बचत करून गुंतवणूक करणे शक्य झाल्यास निवृत्तिपश्चात अवधीसाठी मोठा निधी उपलब्ध होईल. अगदी सार्वजनिक भविष्य

निर्वाह निधी खात्यात (PPF A/C) दरवर्षी एक लाख रुपये जमा केल्यास वीस वर्षांत ८.५% दराने (जर हाच व्याजदर कायम राहिल्यास) ३६ लाख ८० हजार रुपयांचा निधी जमा होऊ शकतो.

दुसरे उदाहरण बघू. जर तुमचे वय आता चाळीस आहे. वार्षिक उत्पन्न पाच लाख रूपये आहे. दरवर्षी त्यातील १०% म्हणजे पन्नास हजार रुपयांची गुंतवणूक करता ही गुंतवणूक समजा वयाच्या साठीपर्यंत केलीत तर वीस वर्षांत पीपीएफच्या व्याजदराने पाव कोटीहून अधिक रक्कम होईल. पण दरवर्षी एक टक्क्याने बचतीचे प्रमाण फक्त पाच वर्षे वाढवून उर्वरित १५ वर्षांसाठी वार्षिक उत्पन्नाच्या १५% बचत गुंतवली गेली तर हाच निधी अध्या कोटीहून अधिक होईल. अर्थात तुमचे दरवर्षीचे उत्पन्नही दहा टक्क्यांनी वाढत असेल तर हे गणित चपखलपणे बसू शकते.

पन्नाशीतील आवराआवर

से वानिवृत्तिपश्चात नित्याचे सर्वच आर्थिक व्यवहार सुलभतेने करता येतीलच असे आपण मनाला बजावले तरीही त्या व्यवहारांचा ताण येतो. परिणामी हा ताण घरात तणाव निर्माण करतो. त्यामुळे हा ताण आणि तणाव टाळण्यासाठी आपली पन्नाशी पार झाली की आपले सर्व आर्थिक व्यवहार आटोक्यात आणण्यास प्रारंभ केला पाहिजे.

पहिली सुरुवात बँक खात्यांपासून केली पाहिजे. विद्यमान पगार किंवा नियमित उत्पन्न येणारे बँक खाते आणि घराजवळील एका बँकेतील खाते वगळता इतर अनावश्यक बँक खाती बंद करावीत. शक्यतो एकच बँक लॉकर ठेवून अन्य लॉकर्स बँकेला परत करावेत. गरज नसताना एकापेक्षा अधिक क्रेडिट कार्डस् न बाळगता उर्वरित क्रेडिट कार्डस् परत करावीत. जास्तीत जास्त दोनच डेबिट कार्डस् बाळगावीत.

बहुतेकजण मुदत ठेवींवरील व्याजापासून मूळ स्रोतातून आयकर कपात (TDS) होऊनये म्हणून ठेवींची रक्कम अनेक बँकांत विखरून ठेवतात. काही वेळा बेकायदेशीरपणे, समजून उमजून तर काही वेळा अजाणतेपणी व्याजातून आयकर कपात होऊ नये म्हणून १५ एच / १५ जी अर्ज बँकांत भरून दिला जातो. हा अर्ज सादर केल्याची पावती तुमच्याजवळ नसली की आयत्या वेळी अर्ज दिला की नाही? कोणत्या बँकेत दिला? कोणत्या नाही? अशा प्रश्नांनी मेंदूचा भुगा होतो. या करकपातीच्या प्रश्नावर बँकांना करकपात करायला सांगून आयकर विवरण पत्राद्वारे कर परताव्याचा दावा करता येतो.

नोकरीच्या ठिकाणी असलेला आपला प्रॉव्हिडंट फंडांसाठी वारसाचे केलेले नामांकन योग्य आहे की नाही याचा शहानिशा करावा. जर पीपीएफ खाते असेल तर त्या खात्यावर केलेले वारसांचे नामांकन आणि त्यांची हिस्सेवारी यांची खातरजमा करावी. आवश्यकता वाटल्यास नव्याने अर्ज करून पुनर्नमांकन करणे हिताचे असते.

जर दुचाकी वा चारचाकी वाहन असेल तर त्याची कागदपत्रे, कर्जावर घेतले असेल तर कर्जाचा करार, हायपोथिकेशन लेटर इत्यादी कागदपत्रे पडताळून बघावीत. कर्जाची परतफेड झाली असेल तर वाहनावरील बोजा (लीन) उठवल्याचे बँका-वित्तसंस्थांचे मूळ पत्र सांभाळून ठेवावे.

मासिक – देय वचने आर्थिक वर्ष २० ते २० साठी

Month	Life insurance				Public Prov Fund Deposits	Bank R/D Installments	Ulip Premium	Gen.Ins. Premium Vehicle	Gen. Ins. Premium Mediclaim/ accident	Housing Loan Installments	Postal Schemes	Unit Schemes	Any Other				Total
	Policy 1	Policy 2	Policy 3	Policy 4													
APR																	
MAY																	
JUN																	
JUL																	
AUG																	
SEP																	
OCT																	
NOV																	
DEC																	
JAN																	
FEB																	
MAR																	

<h2 style="text-align:center">अचल मालमत्तेची नोंद (Immovable Properties Record)</h2>

अ. क्र	कृषक-अकृषक-पडीक जमीन/दुकान/औद्योगिक गाळा इत्यादी	क्षेत्रफळ-ठिकाण सविस्तर नोंद	ताबा तारीख	खरेदी किंमत	संबंधित उतारे-कागदपत्रे ठेवलेली जागा
१	मालमत्ता - १				
२	मालमत्ता - २				
३	मालमत्ता - ३				

राहत्या घराची कागदपत्रे, सहकारी गृहनिर्माण संस्थेत घर असेल तर त्या सदनिकेस नामांकन केल्याची तसेच गृहकर्जाचा बोजा उतरवला असेल तर 'क्लिअर टायटल'चे गृहवित्तसंस्थेने-बँकेने दिलेले प्रमाणपत्र इत्यादी सर्व कागदपत्रांची खातरजमा करून त्यातील आढळणाऱ्या त्रुटी दूर केल्या पाहिजेत.

शेअर्स, म्युच्युअल फंडस् आणि अन्य तत्सम गुंतवणूक साधनांतील गुंतवणुकींची नोंद एका वहीत करून ठेवावी. तसंच सर्व प्रकारच्या विमा पॉलिसींवरील नामांकन अबाधित आहे, की नाही याची खात्री करून घ्यावी. काही वेळा विमा पॉलिसीजवर कर्ज काढून ते फेडलेलेही असते. परंतु त्या विमा पॉलिसीज्वरील रद्द झालेले नामांकन पुन्हा करण्याचे राहून जाते. अनुषंगिक सुरक्षा (Colateral Security) म्हणून तारण ठेवलेल्या विमा पॉलिसी सोडवून आणल्यावर आधीचे रद्द झालेले नामांकन पुन्हा नव्याने न विसरता करणे आवश्यक असते.

आपल्या घरातील सोन्या-चांदीचे अलंकार, वळी, चिप्स, हिऱ्याचे दागिने इत्यादींसह चांदीच्या वस्तूंची नोंद खरेदीच्या किंवा घडणावळीच्या पावत्या बघून वस्तूचे नाव-प्रकार-वजन आणि खरेदी किंमत वहीत नोंदवून ठेवावी.

अविवाहित असल्यास किंवा संततीच नसल्यास किंवा एकापेक्षा अधिक संतती असेल तर इच्छापत्र मृत्युपत्र (Will) बनवून ठेवावे. नेत्रदान, देहदान इत्यादींचा अर्ज भरून योग्य त्या ठिकाणी द्यावेत. पन्नाशीतच या सर्व बाबी विचारपूर्वक केल्या की साठीनंतरचा ताण कमी होईल.

आवर्ती आणि नावर्ती गरजा

सेवानिवृत्ती आधी किमान पाच ते सात वर्षांत आपल्या मुलांचे अपेक्षित शिक्षण पूर्ण होईल का? नसल्यास त्यांचा महाविद्यालयीन किंवा व्यावसायिक शिक्षणाचा खर्च निवृत्तिपश्चात उत्पन्नातून किंवा निवृत्तिसमयी मिळणाऱ्या लाभातून काही हिस्सा बाजूला ठेवून भागवता येईल का? एखाद्या मुलाचे किंवा मुलीचे शिक्षण वर्ष-दोन वर्षांत पूर्ण होत असेल तर त्याची/तिची शैक्षणिक अर्हता आणि कुवत त्वरित नोकरी देऊ शकते का? किंवा व्यवसाय-धंद्यासाठी भांडवल किती द्यावे लागणार आहे? याच व्यवसायातून किती अवधीत समाधानकारक उत्पन्न प्राप्त करणे शक्य होणार आहे? या सर्व प्रश्नांची चर्चा मुलांशी, पत्नीबरोबर गांभीर्याने करणे आवश्यक आहे. मधुमेह, रक्तदाब, हृदयरोग किंवा तत्सम व्याधी स्वतःला किंवा कुटुंबातील कोणाही एका सदस्याला असेल तर निवृत्तिपश्चात वैद्यकीय उपचारांसाठी लागणाऱ्या खर्चाची तरतूद आधी करणे अत्यावश्यक ठरते. 'मेडिक्लेम'चा खर्चिक वाटणारा पर्याय इस्पितळाचे 'मीटर' डाऊन झाले की मोठा आधार ठरत असतो. निवृत्तिपश्चात अवधीसाठी नोकरीच्या ठिकाणाहून जर वैद्यकीय सोयीसुविधा फार क्वचितच उपलब्ध असतात. म्हणूनच नोकरीत असतानाच आणि पन्नाशी उलटायच्या आधीच घरातल्या सर्वांचा एकत्रित मेडिक्लेम काढणे हिताचे ठरते.

निवृत्तीच्या काही वर्षे आधी आपल्या गरजांचा (Needs) विचार नीट आणि गांभीर्याने केला पाहिजे. या गरजा दोन प्रकारात मोडतात. आवर्ती गरजा (Recurring Needs) व 'नावर्ती गरजा (Non-recurring Needs). प्रत्येक कुटुंबागणिक या गरजा बदलत असतात. नावर्ती गरजांमध्ये आधी घेतलेल्या कर्जांची पूर्णतः किंवा अंशतः केलेली परतफेड, अपत्यांचे शिक्षण - लग्ने, नवीन मोठ्या घराची खरेदी, नवीन उद्योग - व्यवसायासाठी आवश्यक ठरणारी भांडवल उभारणी, मूळ गावी शेतीसाठी आणि लागवड करण्यासाठी स्थलांतरित होणे इत्यादी घटक असतात. या सर्व घटकांत एकरकमी निधीची तरतूद आवश्यक ठरत असते.

परंतु आवर्ती गरजांमध्ये स्वतःला असलेली व्यसने, वाईट सवयी, करमणूक-मौजमजा करण्याची अमर्यादित खर्चाची आवड, असाध्य ठरलेल्या व्याधींसाठी सातत्याने करावे लागणारे वैद्यकीय उपचार आणि उद्योग-व्यवसाय सुरू केला असेल तर दररोज किंवा दरमहा लागणारे खेळते भांडवल, इत्यादी

		कंपनीकडून सेवानिवृत्तीसमयी किंवा सेवेत असताना मृत झाल्यास मिळणाऱ्या लाभांची नोंद
	१	संचयित रजेचा पगार -
	२	मागील महिन्याचे वेतन -
	३	बोनस -
	४	ग्रॅच्युइटी -
	५	भविष्य निर्वाह निधी कंपनीचा हिस्सा, स्वतःचा हिस्सा, स्वेच्छा वर्गणी -
	६	निवृत्ती वेतन -
	७	समूह विमा -
	८	कंपनी कडून वैद्यक उपचाराचे फायदे किंवा कंपनीने काढलेल्या आरोग्य विमा पॉलिसीद्वारे लाभ -
	९	कंपनीकडून वैयक्तिक अपघात विमा -
	१०	रजेतील प्रवास भत्ता जर घेतला नसेल तर -
	११	अवलंबित कुटुंबातील वयस्क सदस्यास नोकरीचा लाभ -
	१२	ज्या शहरात घर असेल तेथील शहर भत्ता -
	१३	कर्मचारी नुकसान भरपाई -
	१४	सहकारी सोसायटीची थकबाकी -
	१५	मृत्यू संबंधी लाभ योजना -
	१६	कंपनीच्या वेतनातून विमा हफ्त्याच्या वजावटीचे प्रमाणपत्र -
	१७	मृत्यू तारखेपर्यंतच्या वेतनाचे कंपनीचे प्रमाणपत्र -
	१८	पुढील परिस्थिती उद्भवल्यास घ्यावयाच्या निर्णयाची स्पष्टता - कंपनीकडून किंवा कंपनीतील सहकारी संस्थेकडून कर्ज काढले असल्यास किंवा सहकाऱ्याकडून कर्ज किंवा उधारी दिले अथवा घेतले असल्यास, जर कंपनीच्या नावे सदनिका, गाडी आणि दूरध्वनी असल्यास
	१९	अन्य...
	२०	अन्य...

घटक असतात. या आवर्ती गरजा भागवण्यासाठी कायम निधीचा स्रोत चालू असावा लागतो. व्यसने-वाईट सवयी सोडता आल्या नाहीत किंवा हॉटेलिंग-मौजमजेवरील खर्चात कपात करता आली नाही तर निवृत्तपश्चात अवधीतील कौटुंबिक अर्थव्यवस्था धोक्यात आलीच म्हणून समजा. घसरलेले राहणीमान या काळात सावरणे कठीणच असते. म्हणूनच सेवानिवृत्तीच्या आधी या घटकांवर आपण नियंत्रण मिळवू शकलो तर व्यसनांमुळे किंवा वाईट सवयींमुळे शरीरावर होणारे दुष्परिणाम कमी होऊन वैद्यकीय खर्चात कपात होईल. सेवानिवृत्तीनंतरचा काळ हा मनुष्याच्या आर्थिक जीवनाचा अंतिम टप्पा असतो. निवृत्तीनंतर राहणीमानाचा खर्च तोच राहिला असला तरीही उत्पन्नाची पातळी खूपच घसरलेली असते. पेन्शन असो वा मासिक उत्पन्न योजनेतून आलेले उत्पन्न असो, या उत्पन्नाची व्याप्ती वाढत्या महागाईमुळे कधी संपते ते लक्षातच येत नाही... आणि एक असह्य ओढाताण सुरू होते. अशावेळी मुले 'सेटल्ड' असतील आणि स्वत:हून मदत करू इच्छित असतील तर 'इगो' बाजूला ठेवून ती मदत स्वीकारणे शहाणपणाचे ठरते.

एकीकडे आपल्या गरजांचे विश्लेषण करतानाच दुसरीकडे सेवानिवृत्तीसमयी मिळणारे लाभ आणि फायदे यांची यादी करून प्रत्येक घटकाची खातरजमा करावी. रजेचा पगार, शेवटच्या महिन्याचा पगार, बोनस (असल्यास), ग्रॅच्युईटी, पेन्शन (असल्यास), समूह विमा, रजेतील प्रवासाचा दावा न केलेला भत्ता (Unclaimed L.T.C.) कंपनीतील सहकारी संस्था किंवा पतसंस्थेचे देणे किंवा येणे, भविष्य निर्वाह निधीचा हिशोब की ज्यात कंपनीचा हिस्सा, आपला हिस्सा व व्याज आणि सहकर्मचाऱ्यांकडून घेतलेले कर्ज किंवा त्यांना दिलेले कर्ज इत्यादी घटकांचा समावेश यादीत केला पाहिजे. यादीतील प्रत्येक घटकाची खातरजमा एका क्षणात किंवा दिवसात होणार नसल्याने किमान सहा महिने निवृत्तीला बाकी असताना तरी प्रयत्न करावा.

भविष्यातील खर्चांचा आणि उत्पन्नाचा मेळ आवश्यक

आज आपले वय किती आहे ते लक्षात घेऊन, निवृत्तिपश्चात निर्वाहासाठी उत्पन्नाची गरज जाणून निवृत्ती येण्यास किती अवधी बाकी आहे आणि त्या अवधीत दरमहा किती बचत (निवृत्तिपश्चात उत्पन्नासाठी) आवश्यक आहे, त्याचा अंदाज घेणे सोईचे ठरते. आज आपल्यावर कोणत्या आणि किती आर्थिक जबाबदाऱ्या, किती वर्षांसाठी आहेत याचा नेमका अंदाज, सोबतची प्रश्नावली भरली असता लक्षात येतो. मुलांच्या विद्यमान वयांवरून दर वर्षीच्या शालेय किंवा महाविद्यालयीन खर्चाचा नेमका अंदाज घेऊन भविष्यातील शैक्षणिक खर्चाची (दरवर्षीच्या) तरतूद करणे आवश्यक ठरणार आहे. ही तरतूद एक रकमी करणे शक्य नसणार. त्यामुळे दरमहा किती बचत करावी लागेल याचा अंदाज घेणे सोपे ठरते. दर वर्षीच्या शैक्षणिक खर्चात शाळेच्या गणवेषाचा खर्च, वह्या-पुस्तकांचा खर्च, क्लास-ट्यूशन्सच्या शुल्काबरोबरच शाळेची फी, आणि शाळा, क्लासला जाण्यायेण्याचा प्रवास खर्च इत्यादींचा विचार करावा. महाविद्यालयात जाणारी मुले असतील तर त्यांचा पॉकेटमनी सुद्धा या खर्चात गृहीत धरणे आवश्यक ठरते. मुलांचे, विशेषतः मुलींचे लग्न साधारणतः कोणत्या वयात करावयाचे, याचा विचार भारतीय पालक म्हणून आपण बहुधा करतोच.

सेवानिवृतीनंतर मिळणाऱ्या सर्व लाभांची एक यादी करून ठेवताना जर चेक्स मिळाले असतील तर त्यांचे क्रमांक, बँकेचे नाव शाखा आणि तारीख हा तपशील त्या त्या यादीतील घटकासमोर नमूद करावे. पेन्शनसाठी केलेल्या सर्व कागदपत्रांची झेरॉक्स प्रती काढून ठेवाव्यात. आलेल्या लाभाची रक्कम गुंतवण्याआधी आपल्या सर्व जमा-खर्चाची एक उजळणी करावी. यामुळे आपले मासिक, त्रैमासिक, सहामाही तसेच वार्षिक देणे लक्षात येईल. एकरकमी निधीची तरतूद एखाद्या बाबीसाठी करायची असेल तर तशी नोंद करून ठेवावी. आपले बरेच निश्चित खर्च असतात (तक्ता 'अ' पहा). इलेक्ट्रिक बिल, टीव्ही केबल चार्ज, पाईप्ड गॅस बिल, मोबाइल बिल, टेलिफोन बिल, घरभाडे किंवा सोसायटीचा देखभाल खर्च इत्यादी देणी दरमहाच द्यावी लागतात, तर महानगरपालिकेचा मालमत्ता कर

वर्षातून दोन वेळा भरावा लागतो. मेडिक्लेम, अपघात विमा आणि वाहनांचा विम्याचा हफ्ता वर्षातून एकदा तर आयुर्विम्याचा हफ्ता जसा देणे असेल त्याप्रमाणे म्हणजे त्रैमासिक/सहामाही/वार्षिक तत्त्वावर भरावा लागतो. घरातील वातानुकूलित यंत्रे, वॉटर पुरीफायर व अन्य तत्सम यंत्रांची वार्षिक देखभाल खर्च (Annual Maintenance Cost) द्यावा लागतो. मुलांची शाळा-महाविद्यालयांची शुल्के असोत वा ट्यूशन क्लासची शुल्के असोत ती वर्षातून एकदा किंवा दोन-वेळा भरावी लागतात. पण आपला नेहमीचा भाजीपाल्याचा वा अन्नधान्याचा खर्च थोडक्यात सांगायचे तर राहणीमानाचा खर्च हा कायम बदलता (Variable) असतो (तक्ता 'ब' पहा). आपले राहणीमान लक्षात घेता खर्चातील होणारा बदल किती प्रमाणात दरमहा बदलू शकतो त्याचा अंदाज घेतल्यास आर्थिक नियोजनास सुलभ ठरते. आपले नेमके उत्पन्न (Income) किती, नेमका खर्च किती आणि आपण नेमकी बचत किती करू शकलो. याचा अंदाज महिनाभराचा खर्च लिहून आपण प्राप्त करू शकतो. या महिनाभराच्या खर्चाचे विश्लेषण करताना आपण खरेदी केलेल्या वस्तू किती स्वस्त/महाग ठरल्या, आपल्याला त्या वस्तूंची किती गरज होती, या खरेदीत आपल्या उत्पन्नाचा किती हिस्सा खर्च झाला आणि शेवटी त्या वस्तूंमुळे आपल्याला नेमका काय लाभ होणार आहे.... अशा प्रकारचे प्रश्न स्वतःला विचारले, की बचतीचे (Saving) कोडे सुटणार असते. Self Analyzed Values, Incomes, Needs & Growth (SAVING) म्हणजे बचत असते. या विश्लेषणातून आपल्या आर्थिक उद्दिष्टांचा मार्ग मोकळा होत असतो. प्रत्येकाच्या बचतीच्या क्षमतेवर आणि सातत्यावर हे अवलंबून असते. एका महिन्याच्या खर्चावरून संपूर्ण वर्षभरात बदलते आणि निश्चित अपेक्षित खर्च किती असेल याचा अंदाज 'अ' आणि 'ब' या दोन तक्त्यांवरून घेता येईल.

कर्ज हा खरे म्हणजे मानवी जीवनाचा अविभाज्य घटक ठरला आहे. घरासाठी घेतलेले गृहकर्ज असो वा अन्य कारणासाठी घेतलेले वैयक्तिक कर्ज असो, त्याची आर्थिक जबाबदारी कर्ज फिटेपर्यंत निभवावी लागतेच. ही जबाबदारी किती रकमेसाठी व किती अवधीसाठी शिल्लक राहिली आहे याचा दरवर्षी वेळोवेळी अंदाज घेण्यासाठी सोबतच्या प्रश्नावलीतील नोंद आणि 'क' तक्ता उपयुक्त ठरतात. या नोंदीमुळे प्रसंगी निश्चित कर्जफेडीचे उद्दिष्ट मुदतीआधीही सिद्धीस नेण्यास मदत होते. दरवर्षी जर या प्रश्नावलीकडे लक्ष देऊन उद्दिष्टलक्ष्यीने परतफेड केली तर कर्जाचा भार लवकर हलका होईल. सेवानिवृत्तीसमयी जर कोणतेही कर्ज डोक्यावर असेल तर शक्यतो आलेल्या रकमेतून कर्जाची पूर्णपणे परतफेड करणे इष्ट ठरते.

आपली पत्नी जर नोकरी करणारी असेल तर उत्तमच अन्यथा तिच्यासाठीही वृध्दापकाळाची तरतूद म्हणून तिच्या नावे किती अवधीसाठी दरमहा बचत आवश्यक आहे ते तिच्या सध्याच्या वयावरून निश्चित करावी. सेवानिवृत्तीलाभाची गुंतवणूक करण्याआधी आपण यापूर्वी केलेल्या सर्व प्रकारच्या गुंतवणुकीतून येणारे उत्पन्न (कॅश फ्लो) किती आहे आणि कसे येते त्याची खातरजमा करावी. त्यामुळे नियोजन करताना गोंधळ उडत नाही. संपूर्ण वर्षभरात कोणत्या गुंतवणुकीच्या साधनातून किती रक्कम कोणकोणत्या महिन्यात येते किंवा येणारी असेल ते नेमके लक्षात येण्यासाठी विद्यमान आर्थिक वर्षानुसार रोख उत्पन्न प्रवाह तक्ता (कॅश फ्लो चार्ट) इथे दिल्याप्रमाणे बनवावा.

दैनंदिन जमाखर्च पत्रक नमुना/Daily Income -Expenditure Statement

महिना : ....
Month : ....

तारीख	उत्पन्न		एकूण उत्पन्न Total Income	किराणा गॅस Provision Gas	भाजी, मटण, मासे Veg. Meat, fish	प्रवास Travel	दूध Milk	घर भाडे House Rent	वीज/पाणी बिल Electric/ Water Bill	मोबाईल/फोन बिल Mobile/ Phone Bill	शैक्षणिक खर्च Education Exp.	आरोग्य खर्च Medical Exp.	वैयक्तिक खर्च Personal Exp.	मनोरंजन Entertainment	इतर खर्च Other	--- व गुंतवणूक Saving & Investmant	एकूण खर्च Total Exp.	शिल्लक Balance
	पगार Salary	पेन्शन/व्याज Pension/ Interest																
१																		
२																		
३																		
४																		
५																		
६																		
७																		
८																		
९																		
१०																		
११																		
१२																		
१३																		
१४																		
१५																		
१६																		
१७																		
१८																		
१९																		
२०																		
२१																		
२२																		
२३																		
२४																		
२५																		
२६																		
२७																		
२८																		
२९																		
३०																		
३१																		

तक्ता 'अ' जमा-खर्च सारांश

निश्चित खर्च	आठवडा	मासिक	त्रैमासिक	सहामाही	एकूण वार्षिक
घरभाडे देखभाल					
पालिका कर					
पाणी पट्टी					
घराचा विमा					
विजबिल					
गॅस					
दूरध्वनी					
मोबाइल					
वैद्यकीय विमा					
आयुर्विमा					
पाळणाघर					
गाडीचा विमा					
पेपरबिल					
शाळेची फी					
मुलांचा इतर खर्च					
इतर					
एकूण					
बँक	आठवडा / मासिक				

यावरून आपल्या आवर्ती गरजा तसेच राहणीमानाचा खर्च इत्यादींसाठी किती रक्कम कोणत्या महिन्यात कमी पडते ते लक्षात येईल.

बदलते खर्च	आठवडा	मासिक	त्रैमासिक	सहामाही	एकूण वार्षिक
किराणा					
मटन / मासे					
फळे / भाज्या					
दूध / पाव					
दुपारच्या जेवणाचा खर्च					
कपडे, बूट, चपला					
शाळेचा इतर खर्च					
पुस्तके/वह्या					
न्हावी					
डॉक्टर					
केमिस्ट					
पाळीव प्राण्यांची रखवाली					
पेट्रोल					
प्रवास					
ट्यूशन क्लास फी					
पॉकिटमनी					
चित्रपट					
सिगारेट					
दारू					
करमणूक					
पुस्तके/ वर्तमान पत्र					
गाडीची देखभाल					
घराची देखभाल					
सुट्टीतील पर्यटन					
भेटी					
छंद/ खेळ					
इतर					
एकूण					
	आठवडा / मासिक / त्रैमासिक / सहामाही				

तक्ता 'क' कर्ज परतफेड

धनको व कारण	शिल्लक	मासिक हप्ता	एकूण वार्षिक
एकूण			
बँक	मासिक		

उत्पन्न विवरण

उत्पन्न स्रोत	शिल्लक	मासिक/तिमाही/सहामाही उत्पन्न	एकूण वार्षिक
एकूण			
बँक	मासिक		

सारांश

	१	एकूण उत्पन्न	
निश्चित खर्च	अ		
बदलते खर्च	ब		
कर्ज परतफेड	क		
		एकूण खर्च ... २	
१-२=		शिल्लक/तूट	

सेवानिवृत्तीलाभाची गुंतवणूक केल्यावर त्या महिन्यात उत्पन्न प्रवाह (कॅश फ्लो) कसा वाढेल ते बघता येते. या एकूण उत्पन्नाचे प्रमाण बघूनच आगामी पाच वर्षांचं उत्पन्न (Cash Flow Projection) कसे असेल त्याचे स्पष्ट चित्र तुमच्याकडे असेल.

रोकड प्रवाह २०१ – २०१   वर्षासाठी

अ. क्र.	मुदतपूर्तींची रक्कम	APR	MAY	JUN	JUL	AUG	SEP	OCT	NOV	DEC	JAN	FEB	MAR	Total
१	बँक मुदतपूर्ती ठेवी													
२	आवर्ती जमा मुदतपूर्ती													
३	इतर													
४	पोस्ट-NSC मुदतपूर्ती													
५	मासिक उत्पन्न MIS													
६	व्याज													
७	टर्म योजना													
८	मुदतपूर्ती-KVP													
९	मुदतठेव													
१०	आवर्ती जमा मुदतपूर्ती- RD													
११	कंपनीठेव													
१२	मासिक/त्रैमासिक व्याज													
१३	सार्वजनिक भविष्य निर्वाह निधिखाते PPF A/C													
१४	एल.आय.सी. मनीबँक													
१५	पॉलिसी मुदतपूर्ती													
१६	युलिप मुदतपूर्ती													
१७	आयुर्विमा मुदतपूर्ती													
१८	पोस्टल लाईफ मुदतपूर्ती													
१९	व्याज-बचत खात्यावरील													
२०	कंपनी कर्ज रोखेवरील व्याज/मुदतपूर्ती													
२१	शेअर्स/म्यु.फंड वरील लाभांश													
२२	वाटप न झालेल्या शेअर्सचा परतावा													
२३	नातेवाईक/मित्र यांच्या कडून कर्जाची परतफेड													
२४	शेअर्सची विक्री													
२५	वेतन/ व्यावसायिक उत्पन्न													
२६	इतर													
	एकूण													

स्त्रियांचा निवृत्तिपश्चात कालावधी अधिक आव्हानात्मक

आज खरं म्हणजे भारतीय स्त्रियांनी आपल्या निवृत्तिपश्चात अवधीसाठी गांभीर्याने विचार करणे आवश्यक आहे. भारतीय पुरुषांचे सरासरी आयुर्मान (Life Expectancy) २०११ मध्ये ६६.५ वर्षे होते. तर स्त्रियांचे सरासरी आयुर्मान ६९.६ वर्षे होते. मागील चार दशकांत दोघांच्याही सरासरी आयुर्मानात वाढच होत आहे. परंतु स्त्रियांच्या आयुर्मानात होणारी वाढ लक्षात घेता त्या स्त्रियांनी आपल्या वृद्धापकाळातील अवधीसाठी अधिक प्रमाणात तरतूद केली पाहिजे. २०२० मध्ये जर पुरुषांचे सरासरी आयुर्मान ७० वर्षे अपेक्षिताना स्त्रियांचे सरासरी आयुर्मान ७२ वर्षे गृहीत धरले तर या सर्व स्त्रियांना आपल्या वृद्धापकाळातील जीवन शांततेने आणि आर्थिकदृष्ट्या सुस्थिरपणे जगण्यासाठी आर्थिक नियोजनाचा प्राधान्याने विचार करावा लागणार आहे.

बहुसंख्य स्त्रिया फार क्वचितच सेवानिवृत्तीपर्यंत नोकरीत राहतात. आधी संसाराला हातभार म्हणून स्वीकारलेली नोकरी २० ते २५ वर्षे केल्यावर कुटुंबाला आर्थिक स्थैर्य प्राप्त झाल्यावर नोकरीवर पाणी सोडणारी स्त्री स्वतःपेक्षा कुटुंबाचाच विचार अधिक करते. पुरुषांच्या तुलनेत स्त्रियांची कमावती वर्षे कमी असतात; पण पुरुषांपेक्षा त्यांचे आयुर्मान अधिक असल्याने निवृत्तिपश्चात काळासाठी आवश्यक असणारी पुंजी मात्र खूपच तोकडी असते. पर्यायाने त्यांना मुलाबाळांवर अवलंबून राहण्याशिवाय गत्यंतर नसते. त्यातही पतीचे उत्पन्न घटलेले असेल तर संपूर्ण आर्थिक तंगी अनुभवावी लागते.

सध्या विद्यमान लोकसंख्येच्या ५% स्त्री-पुरुष कमावत्या कुटुंब सदस्यांवर अवलंबून आहेत. पण हेच अवलंबित लोकांचे प्रमाण २०५० मध्ये एकूण लोकसंख्येच्या १५% वर पोहोचणार आहे. त्यात स्त्रियांची संख्या लक्षणीय असणार आहे. पूर्वी अविभक्त कुटुंब पद्धतीमुळे अवलंबित व्यक्ती सहज सामावल्या जात असत. पण विभक्त कुटुंबात हे शक्यच नाही. आरोग्य आणि कुटुंब कल्याण मंत्रालयातर्फे राष्ट्रीय कुटुंब आरोग्य सर्वेक्षण करण्यात आले. या सर्वेक्षणानुसार कुटुंब सदस्यांची संख्या १९९२ मध्ये ५.७ होती, ती या दशकात अवघी ४ झाली आहे. नजीकच्या अवधीत हीच संख्या घटून

४ पेक्षाही कमी होण्याची शक्यता वर्तवली आहे. त्यात आपल्याकडे संघटित क्षेत्रात काम करणाऱ्या १०% कर्मचाऱ्यांना निवृत्तिपश्चात फायदे (उदा. प्रॉव्हीडंट फंड, पेन्शन) मिळतात. उपलब्ध उर्वरित ९०% कर्मचारी असंघटित क्षेत्रात कार्यरत आहेत की जिथे त्यांना निवृत्तिपश्चात कोणतेही लाभ मिळत नाहीत. त्यात स्त्रियांची संख्या लक्षणीय आहे. याच स्त्रिया अधिक काळ जगणार असल्याने त्यांनी आपल्या वृद्धापकाळाची तरतूद जरूर केलीच पाहिजे.

या सर्व पार्श्वभूमीवर स्त्रियांनी नोकरी करतानाच विद्यमान कौटुंबिक आर्थिक परिस्थिती जाणून स्वतःचा किमान उत्पन्ननिर्मितीचा अवधी गृहीत धरून त्याप्रमाणे नियोजन करणे आवश्यक ठरते.

स्वेच्छानिवृत्तीचा निर्णय घेताना...!

वयाच्या पंचेचाळिशी-पन्नाशी नंतर बहुसंख्य स्त्रिया स्वेच्छानिवृत्ती घेण्याच्या मानसिकतेत येतात. त्याची कारणे अनेक असू शकतात. पण पुरुषप्रधान संस्कृतीतही स्वतःच्या बुद्धिमत्तेचा आणि कार्यकुशलतेचा प्रभाव पाडून उच्च पदे हासिल करताना झालेले बदलीचे राजकारण असो वा वशिलेबाजी असो, एवढेच नव्हे तर सरकारी नोकरीत जाती जमातीचे चालणारे राजकारण असो, या सर्व ताणतणावांना तोंड देताना नोकरीची निर्माण होणारी घृणा आज स्त्रियांचे स्वेच्छानिवृत्तीचे महत्त्वाचे कारण ठरले आहे. सतत अपमानित आणि संघर्ष करून थकलेली स्त्री अखेर नोकरीला रामराम ठोकते.

मुलांच्या नववी-दहावीच्या वर्षांपासून पुढील शिक्षणाची महत्त्वाची ठरणारी चार-पाच वर्षे लक्षात घेऊन वैयक्तिक लक्ष देण्यासाठी काही जागरूक मातांनी नोकरी सोडलेली असते. तर काहीजणींच्या शारीरिक व्याधी, कौटुंबिक अडचणी, प्रवासाची दगदग किंवा आडगावात झालेली बदली ही सुद्धा स्वेच्छानिवृत्तीमागील कारणे असू शकतात. नोकरी सोडताना किंवा स्वेच्छानिवृत्ती घेताना स्त्रिया घराची परिस्थिती, नोकरीतील प्रश्न आणि स्वतःची किंवा कुटुंबाची आर्थिक गरज यांचा एकत्रितपणे विचार करण्याचा प्रयत्न करतात. बहुसंख्य स्त्रिया स्वेच्छानिवृत्तीच्या वेळी मिळणाऱ्या आर्थिक लाभातून आपल्या कुटुंबाला आर्थिक स्थैर्य लाभून कर्जमुक्त जीवन जगता येईल या आशेवर नोकरीवर पाणी सोडतात. काही अंशी हे खरंही आहे. पण ज्या स्त्रियांच्या घरात अन्य कोणीही कमावत नसेल आणि अवलंबित व्यक्तींची संख्या अधिक असेल तर त्या स्त्रिया स्वेच्छानिवृत्तीचा विचारही करू शकत नाहीत. विधवा, घटस्फोटित, परित्यक्ता स्त्रियांपुढे निवृत्ती कायमच प्रश्न उभे करत असते.

जर निवृत्तीनंतरच्या आर्थिक संरक्षणाची तरतूद निवृत्तीआधी किमान दहा वर्षांत केली असती तर... पण हेच जर तर आपण दुर्दैवाने निवृत्तिपश्चात अजमावतो आणि पश्चाताप करत बसतो. मिळणाऱ्या तुटपुंज्या पेन्शनवर किंवा भविष्य निर्वाह निधीच्या रकमेवरील व्याजावर महिन्याचे बजेट सांभाळू शकत नाही. त्यात नानाविध व्याधींसाठी होणारा वैद्यकीय उपचारांचा खर्च आणि वाढती महागाई यावर आपण नियंत्रण ठेवू शकत नसल्याने येणारा ताण जीव नकोसा करतो. त्यात जेव्हा आपण स्वेच्छानिवृत्ती स्वीकारतो त्यावेळी जर ही कटू बाब दुर्लक्षित केली तर वयाच्या साठीच्या आतच हे सर्व प्रश्न

पुढ्यात उभे ठाकतात.

स्वेच्छानिवृत्तीचा निर्णय मुख्यत्वे एका घटकावर अवलंबून असतो, तो घटक म्हणजे कौटुंबिक आर्थिक परिस्थिती . या घटकात अनेक पैलू दडलेले असतात. आपण आजवर केलेली बचत गुंतवणूक, गृहकर्ज, इतर कर्जे किंवा आर्थिक जबाबदाऱ्या (उदाहरणार्थ : भाऊ किंवा बहिणींच्या लग्नासाठी/घरासाठी केलेली आर्थिक मदत, म्हाताऱ्या आई वडिलांच्या औषधोपचारांचा खर्च, गावाला राहणाऱ्या जवळच्या नातलगांना दरमहा पाठवावे लागणारे पैसे इत्यादी), मुलांचा शैक्षणिक खर्च, स्वतःचा किंवा पत्नीचा किंवा अन्य कुटुंब सदस्याचा व्याधीचा खर्च आणि सर्वांत महत्त्वाचे म्हणजे व्यसनांचा खर्च. जोपर्यंत कोणत्याही प्रकारचे व्यसन आटोक्यात आणता येत नाही, तोपर्यंत आर्थिक नियोजन कधीच नीट करता येणार नाही.

सेवानिवृत्तीचे काऊंटडाऊन सुरू

सेवानिवृत्तीला पाच-सहा वर्षे बाकी असताना खऱ्या अर्थाने काऊंटडाऊन सुरू होते. याच पाच-सहा वर्षांत महत्त्वाच्या बाबी लक्षात घ्याव्या लागतात. आपले एखादे कर्ज शिल्लक असेल आणि त्याच्या परतफेडीसाठी दरमहा द्याव्या लागणाऱ्या हफ्त्याचे मासिक उत्पन्नाशी असलेले प्रमाण योग्य पातळीवर आहे की नाही याची खातरजमा केली पाहिजे. कर्जाचा मासिक हफ्ता (E.M.I.) भागिले आपले मासिक निव्वळ उत्पन्न (Net Monthly Income) गुणिले १०० केले असता कर्ज-उत्पन्न गुणोत्तर मिळते. हे गुणोत्तर गृहकर्जासाठी ४०% पेक्षा अधिक असू नये. इतर कोणत्याही कर्जासाठी हे गुणोत्तर १०% पेक्षा अधिक येते कामा नये. शक्यतो सर्व कर्जांची परतफेड सेवानिवृत्तीआधीच किमान दोन-तीन वर्षे बाकी असताना केल्यास आपल्या निवृतिपश्चात आर्थिक आरोग्यास उपकारक ठरते.

राहते घर वगळून उपलब्ध असलेल्या आपल्या रोकडसुलभ आर्थिक मालमत्ता (Liquid Financial Assets) आणि आपला दर महिन्याचा घरखर्च यांच्यातील आपत्कालीन निधी उपलब्धतेचे प्रमाण लक्षात घ्यावे. यामुळे जेव्हा कधी घरात आपत्कालीन परिस्थिती उद्भवेल तेव्हा आपण किती रक्कम उभी करू शकतो ते लक्षात येते. हे प्रमाण काढण्यासाठी रोकडसुलभ आर्थिक मालमत्तेच्या रकमेस (उदा. बँक ठेवी, म्युच्युअल फंड, शेअर्स) आपल्या मासिक घरखर्चाच्या रकमेने भागावे. या प्रमाणानुसार किमान सहा महिन्यांचा घरखर्च भागवता येईल इतका आपत्कालीन निधी राखून ठेवणे इष्ट ठरते. एका उदाहरणांवरून हे अधिक स्पष्ट होईल समजा बँक ठेवी, म्युच्युअल फंड,शेअर्स मधील गुंतवणूक एकूण दोन लाख पन्नास हजार रुपयांची आहे आणि मासिक घरखर्च पंचवीस हजार रुपये असेल तर किमान दहा महिन्यांची (२,५०,०००÷२५,०००=१०) तरतूद आपत्कालीन निधीतून करता येईल.

आपल्या कौटुंबिक आरोग्य विम्याच्या तरतुदीचे पुनर्निरीक्षण (Review) करून काही ॲड-ऑन कव्हर्स म्हणजे अतिरिक्त जोखीम संरक्षण देणाऱ्या बाबी स्वीकारणे हिताचे ठरते. हळूहळू शेअर्समधील गुंतवलेला हिस्सा कमी करून सरकारी रोखे-बॉण्ड्स, चांगल्या कंपन्यांचे अपरिवर्तनीय कर्जरोखे (Non-Convertible Debentures), म्युच्युअल फंडांचे बॅलेन्स्ड फंडस आणि बॉन्ड फंडस योजनांमध्ये गुंतवावा. निवृत्तीपूर्व अवधीत केलेल्या राष्ट्रीय बचत प्रमाणपत्रे (N.S.C.), किसान विकास पत्रे (K.V.P.)

वा अन्य तत्सम गुंतवणुकीच्या मुदतपूर्तीद्वारे निवृत्तिपश्चात काळात येणाऱ्या रकमेचा रोख प्रवाह (Cash Flow) आणि तारीख नोंदवून ठेवावी. तसेच आपल्या सर्व स्वकष्टार्जित मालमत्तेचा (Estate) आणि गुंतवणुकीचा तपशील तपासून तो सत्य असल्याची खातरजमा करावी.

सर्वांत महत्त्वाचे म्हणजे निवृत्तिपश्चात आपण वेळ कसा घालवणार याबाबत काही विचार - योजना जरूर आखून आणि वहीत नोंदवून ठेवाव्यात. **Investing time fruitfully is your first task after retirement.**

***

गुंतवणुकीचे निकष (INVESTMENT CRITERIA) : गुंतवणुकीचे निकष ठरवताना पुढील बाबी लक्षात घ्यायला हव्या.

- सुरक्षितता - मुद्दल सुरक्षित राहिलीच पाहिजे.
- रोकडसुलभता - आवश्यकतेनुसार रकमेची उपलब्धता
- उत्पन्न दर
- उत्पन्नाचे स्वरूप मासिक / त्रैमासिक / सहामाही / वार्षिक
- उद्दिष्टप्राप्ती - मुलांचे शिक्षण / मुलांचे लग्न / वृद्धापकाळाची सुविधा
- आयकर दायित्व - जेव्हा उत्पन्न करपात्र ठरेल

गुंतवणुकीची माध्यमे (INVESTMENT AVENUES)

- बँक ठेवी
- पोस्ट ऑफिस बचत योजना - राष्ट्रीय बचत प्रमाणपत्र, ५ वर्षीय पुनरावर्ती खाते, मासिक उत्पन्न योजना
- सार्वजनिक भविष्य निर्वाह निधी खाते (PPF)
- जीवन विमा पॉलिसीज्
- म्युच्युअल फंडस् - इक्विटी, बॅलन्स्ड, डेब्ट वगैरे
- कंपनी मुदत ठेव
- पेन्शन फंडस्
- शेअर्स
- स्थावर मालमत्ता
- कमोडिटी / करन्सी डेरिव्हेटीव्ज्
- चांदी, सोने, प्लॅटीनम, हिरे
- चित्रे, पोस्टाची तिकीटे, नाणी, वाईन, घोडे

भविष्यातील खर्चाची ओढाताण टाळण्यासाठी

आपण निवृत्तिपश्चात फक्त मासिक उत्पन्न कसे आणि किती मिळणार याचाच हिशेब करण्यात अधिक वेळ खर्च करतो. काहीजणांच्या बाबतीत हातातोंडाशी गाठ असल्याने हा हिशेब करतच दिवस काढावे लागतात. यासाठीच निवृत्तीआधी या सर्व मासिक उत्पन्नाचे स्रोत कोणत्या गुंतवणूक साधनातून उपलब्ध होऊ शकतात? त्यांचा उत्पन्न दर किती असू शकेल? आपली नेमकी मासिक गरज या मिळू शकणाऱ्या मासिक उत्पन्नातून कितपत भागवू शकेल? या सर्व प्रश्नांची उत्तरे मिळवणे आवश्यक ठरते. पण त्याआधी चलनवाढ आपल्या कौटुंबिक अर्थव्यवस्थेवर विपरीत परिणाम करत असते हे कटू सत्य जाणवून घेणे आवश्यक ठरते.

आपण पोस्ट-बँक ठेवीव्यतिरिक्त अन्य पर्यायांचा विचार मनात आणत नाही आणि निवृत्तीनंतर चार-पाच वर्षांनी आर्थिक ओढाताण होण्यास सुरुवात होते. अर्थात वाढणाऱ्या महागाईमुळेच ही परिस्थिती उद्भवते. आज महागाईचा दर आपल्या राहणीमानावर किती परिणाम करतो ते सहज लक्षात येत नाही. समजा विद्यमान राहणीमानाचा खर्च तीस हजार रुपये आहे. चलनवाढीचा म्हणजेच महागाईचा प्रतिवर्ष दर जर सरासरी ६% गृहीत धरला तर हाच खर्च पाच वर्षांनी रुपये ४०,१४७/- वर पोहोचलेला असेल. १५ वर्षांनंतर हाच खर्च रुपये ७१,८९७/- वर गेलेला असेल. याचाच अर्थ जर वयाच्या साठीला निवृत्त झाल्यानंतर पाच वर्षांनी हा वाढणारा सुमारे दहा हजार रुपयांचा फरक (४०,१४७-३०,०००=१०,१४७) भरून कसा काढणार याचा खरे तर विचार झाला पाहिजे. निवृत्तीनंतर पंधरा वर्षांनी वयाची पंचाहत्तरी साजरी करताना दुपटीपेक्षा अधिक वाढलेला मासिक राहणीमानाचा खर्च (७१८९७-३००००=४१८९७) नक्कीच आनंद उपभोगायला देणार नाही. एकीकडे चलनवाढीमुळे वाढणारा खर्च तर दुसरीकडे आधी केलेल्या गुंतवणुकीचे कमी कमी होत जाणारे मूल्य अस्वस्थ करते. अगदी चलनवाढीचा दर प्रतिवर्ष ६%च गृहीत धरला तरीही आज गुंतवलेल्या एक लाख रुपयांची किंमत पाच वर्षांनी ७४,७२६ रुपये झालेली असेल. याच एक लाख रुपयांची किंमत १५ आणि २० वर्षांनी अनुक्रमे ४१,७२७ रुपये आणि ३१,१८० रुपये झालेली असेल.

चलनवाढीचा घटक लक्षात घेऊन केल्या जाणाऱ्या गुंतवणुकीतूनच भविष्यात जाणवणारी

खर्चासाठीची ओढाताण टाळता येणे शक्य असते. जर विद्यमान राहणीमानाचा मासिक खर्च ३०,००० रुपये आहे तर पुढील २०-२१ वर्षांनंतर हाच मासिक खर्च १,०३,९७४ रुपये झालेला असेल. हा खर्च भागविण्यासाठी तुम्ही गेली २०-२१ वर्षे जी काही गुंतवणूक करत आहात, ही गुंतवणूक किमान वार्षिक ७% दराने (वार्षिक चलनवाढीच्या ६% दरापेक्षा १% अधिक दराने) झाली असेल तरच त्याचा एकत्रित निधी १,२०,००,००० रुपये असला पाहिजे. एवढी रक्कम आपल्या भविष्य निर्वाह निधी, रजेच्या रोखीकरणाच्या (लिव्ह एन्कॅशमेंट), ग्रॅच्युइटीच्या रकमेतून किंवा अन्य माध्यमातून नक्कीच उभी राहू शकणार नाही. म्हणूनच सेवानिवृत्तिपूर्व काळात अधिक सजगपणे आणि चलनवाढीच्या दरातील बदलाकडे लक्ष ठेवून गुंतवणूक होणे अत्यंत आवश्यक असते.

निवृत्तिपश्चात नियोजन
Retirement Planning

मासिक घर खर्च
Monthly Household Expenses

51,987

15,000

चलनवाढ
Inflation 6%

21 Yrs

आज
Today

निवृत्तीसमयी
At the time
of retirement

निवृत्तिपश्चात खर्च भागवण्यासाठी लागणारा १ कोटी २० लाख रुपये निधी (प्रतिवर्ष ७% दराने गुंतवणूक झाल्यास) मासिक घर खर्चास लागणारी ५१,९८७ रुपये उपलब्ध करतो.

सेवानिवृत्तिपश्चात मिळणाऱ्या पेन्शन विक्रीची आकारणी

सेवानिवृत्तिपश्चात मिळणाऱ्या आर्थिक लाभाची नीट माहिती घेणे हे प्रत्येक सेवानिवृत्ताचे खरे तर कर्तव्य ठरते. जसा सेवानिवृत्तीचा महिना जवळ येऊ लागला की प्रॉव्हिडंट फंड, ग्रॅच्युईटी, पेन्शन, कम्युटेड पेन्शन, शिल्लक रजेचा पगार (Leave Encashment) इत्यादी नामावली सतत कानावर पडू लागते. अकाउंट्स खात्यात बरेच अर्ज आपल्याकडून भरून घेतले जातात. काही वेळा प्रश्न विचारले तरीही उत्तरे मिळण्याऐवजी ''फक्त सह्या करा हो, हे सर्व कागद वेळेत पोहोचले नाहीत तर पुन्हा आम्हाला तुम्ही धारेवर धरणार... आणि साहेबसुद्धा मेमो देणार.'' अशी शेरेबाजी ऐकावी लागते अशा वेळी खरं म्हणजे आपण सुद्धा अधिक जागरुकपणे सेवानिवृत्तीआधीच तीन-चार महिने अकाउंट्स खात्यात जाऊन माहिती गोळा केली तर मनस्ताप टाळून आपले कामही लवकर होऊ शकेल.

ग्रॅच्युईटी कायद्यानुसार ज्या कर्मचाऱ्यांची सेवा किमान पाच वर्षे झाली आहेत, अशा कर्मचाऱ्यांना ग्रॅच्युईटीचा लाभ दिला जातो. ही ग्रॅच्युईटीची रक्कम दहा लाख रुपयांपर्यंत करमुक्त असते. सेवा-निवृत्तीसमयी मिळणारा शिल्लक रजेचा पगार (Leave Encashment) तीन लाख रुपयांपर्यंत करमुक्त असतो. तीन लाख रुपयांपेक्षा अधिक जर ही रक्कम असेल तर चालू आर्थिक वर्षाच्या उत्पन्नात ही अतिरिक्त रक्कम जमा करून त्यावर आयकर आकारणी होईल. ज्यांना निवृत्तीवेतनाची म्हणजे पेन्शनची सुविधा आहे, त्यांना मिळणारे हे पेन्शनचे उत्पन्न करपात्र (Taxable) ठरते. बहुसंख्य सेवानिवृत्त लोक एक तृतीयांश पेन्शनची विक्री करून (Commuted Pension) एकरकमी लाभ मिळवतात. हा लाभ संपूर्णपणे करमुक्त असतो. ही पेन्शन विक्रीची किंमत पुढील सूत्राने निश्चित केली जाते. सेवानिवृत्तीआधी शेवटच्या दहा महिन्यांच्या सेवा कालातील सरासरी मूळ वेतनाच्या (Basic Pay) (की ज्यावर भविष्य निर्वाह निधी कापला जातो) एक तृतीयांश रकमेस पुढे दर्शवलेल्या तक्त्यातील रूपांतरित घटकाने (Conversion Factor) आणि बारा महिन्यांनी गुणिले असता पेन्शन विक्रीची किंमत (Commuted Pension Value) मिळते.

सरकारी विधेयक वित्त खाते क्र. पीईएन १०९९/सीआर ३३/एसईआर४ दि. ३० ऑक्टोबर २००९ अन्वये. प्रतिवर्ष एक रुपया पेन्शनसाठी रूपांतरित गुणक घटकाचा (Conversion Factor) तक्ता

पुढल्या वर्षातील वय	रूपांतरित गुणक घटकाचे मूल्य	पुढल्या वर्षातील वय	रूपांतरित गुणक घटकाचे मूल्य	पुढल्या वर्षातील वय	रूपांतरित गुणक घटकाचे मूल्य
२०	९.११९	४१	९.०७५	६२	८.०९३
२१	९.१८७	४२	९.०५९	६३	७.९८२
२२	९.१८६	४३	९.०४०	६४	७.८६२
२३	९.१८५	४४	९.०१९	६५	७.७३१
२४	९.१८४	४५	८.९९६	६६	७.५९१
२५	९.१८३	४६	८.९७१	६७	७.४३१
२६	९.१८२	४७	८.९४३	६८	७.२६२
२७	९.१८०	४८	८.९१३	६९	७.०८३
२८	९.१७८	४९	८.८८१	७०	६.८९७
२९	९.१७६	५०	८.८४६	७१	६.७०३
३०	९.१७३	५१	८.८०८	७२	६.५०२
३१	९.१६९	५२	८.७०८	७३	६.२९६
३२	९.१६४	५३	८.७२४	७४	६.०८५
३३	९.१५९	५४	८.६७८	७५	५.८७२
३४	९.१५२	५५	८.६२७	७६	५.०५७
३५	९.१४५	५६	८.५७२	७७	५.४४३
३६	९.१३६	५७	८.५१२	७८	५.२२९
३७	९.१२६	५८	८.४४६	७९	५.०१८
३८	९.११६	५९	८.३७१	८०	४.८१२
३९	९.१०३	६०	८.२८७	८१	४.६११
४०	९.०९०	६१	८.१९४		

उपरोक्त सूत्रातील रूपांतरित घटक (Conversion Factor) निवृत्तीच्या वाढत्या वयानुसार कमी कमी होत जातो. हा घटक सरकारने १९७१ पासून बराच काळ बदललेलाच नव्हता. १९७१ मध्ये प्रति वर्ष ४.७५% व्याजदराने हा घटक निश्चित केलेला होता. ३० ऑक्टोबर २००९ पासून त्यात बदल केला आहे. नियत वयोमानांनुसार निवृत्त झालेल्यास ही पेन्शन विक्रीची किंमत तशी कमीच मिळते.

ईपीएफ खात्यातील शिल्लक रकमेची खातरजमा

सेवानिवृत्तीपूर्वी किमान सहा महिने अगोदर आपल्या भविष्य निर्वाहाच्या निधीतील व्याजासहीत एकूण किती रक्कम जमा आहे त्याची खातरजमा करावी. कर्मचारी भविष्य निर्वाह निधी आणि अन्य सुविधा कायदा १९५२ (Employees' Provident Funds & Miscellaneous Provisions Act (EPFO) & MP Act), 1952. अन्वये स्थापन झालेल्या कर्मचारी भविष्य निर्वाह निधी संघटना (EPFOF) द्वारे भारतातील कर्मचाऱ्यांना भविष्य निर्वाह निधीचा लाभ दिला जात आहे.ज्या कर्मचाऱ्यांचे वेतन दरमहा ६५००/- रुपयांपेक्षा अधिक आहे असे कर्मचारी त्यांच्या मालकांच्या किंवा कंपनीच्या परवानगीने कर्मचारी भविष्य निर्वाह निधी संघटनेचे सदस्य होऊ शकतात. फक्त ती कंपनी किंवा फर्म उपरोक्त कायद्यानुसार नोंदणीकृत हवी. मूळ वेतन आणि महागाई भत्त्याच्या एकूण रकमेच्या १२% रक्कम भविष्य निर्वाह निधीची वर्गणी दरमहा देय ठरते. स्वेच्छेने अधिकतम वर्गणी देय असेल तर तसे पत्र मालक कंपनी आणि कर्मचाऱ्याने संयुक्तपणे देणे बंधनकारक आहे. सेवानिवृत्तीआधी आपल्या कर्मचारी भविष्य निर्वाह निधी खात्यात किती शिल्लक आहे याची खातरजमा करावी. त्यात फरक आढळल्यास त्वरित अकाउंट्स खात्याच्या नजरेत आणून देऊन कर्मचारी भविष्य निर्वाह निधी कार्यालयाशी संपर्क साधून चूक-त्रुटी सुधारून घ्याव्यात. http://www.epfindia.com/MembBal.html किंवा http://epfigms.gov.in/. या वेबसाइटवरून आपल्या कर्मचारी भविष्य निर्वाह निधी खात्यातील शिल्लक जाणून घेता येते.

कर्मचारी भविष्य निर्वाह निधी खात्यातून सेवानिवृत्तीपूर्वी आणि सेवानिवृत्तीनंतर त्या खात्यातील रक्कम काढण्याचे दोन पर्याय आहेत. जर तुम्ही वयाची ५४ वर्षे पूर्ण केली असतील किंवा नियत वयोमानानुसार सेवानिवृत्तीस एक वर्ष बाकी असेल, यापैकी जे उशिरा येईल त्यानुसार कर्मचारी भविष्य निर्वाह निधी खात्यातून शिल्लक रकमेच्या ९०% रक्कम काढता येईल. सेवानिवृत्तीपूर्वी जर एका नोकरीचा राजीनामा देऊन दुसरी नोकरी स्वीकारली तर पहिल्या नोकरीतील कर्मचारी भविष्य निर्वाह निधी दुसऱ्या नोकरीतील कर्मचारी भविष्य निर्वाह निधी खात्यात जमा करता येईल. पण जर आगामी सहा महिन्यांत दुसरी नोकरी करणारच नसाल तर पहिल्या नोकरीचा कर्मचारी भविष्य निर्वाह निधी काढून घेता येतो.

वयाची ५५ वर्षे पूर्ण केलेली असतील किंवा नियत वयोमानाने सेवानिवृत्तीनंतर किंवा कंपनीने आणलेल्या स्वेच्छानिवृत्तीनंतर किंवा शारीरिक/मानसिकदृष्ट्या कंपनीत कार्यरत राहणे शक्य नसल्यास, कंपनीने नोकरीवरून काढल्यास किंवा स्वतःहून नोकरी सोडल्यास किंवा विद्यमान कंपनीच्या नोकरीचा राजीनामा देऊन देशाबाहेर दुसऱ्या नोकरीसाठी जाणार असाल तरच कर्मचारी भविष्य निर्वाह निधी खात्यातून सर्व रक्कम काढून घेण्याचा पर्याय आहे. १ जुलै २०१३ पासून एका कंपनीतून दुसऱ्या कंपनीत भविष्य निर्वाह निधी ऑनलाइन बदलता येत आहे. तसेच कर्मचारी भविष्य निर्वाह निधी खात्यातून सर्व रक्कम काढून घेण्याची सुविधा ऑनलाइन उपलब्ध झाली आहे.

कर्मचारी भविष्य निर्वाह निधी कार्यालयाकडे सर्व रक्कम काढून घेण्याच्या दाव्याची स्थिती http://59.177.81.198/homepage_claim_status_new.php या वेबसाइट वरून जाणून घेता येते.

कर्मचारी पेन्शन योजनेद्वारे पेन्शन सुविधा

कर्मचारी पेन्शन योजनेद्वारे तीन प्रकारच्या परिस्थिती मध्ये दरमहा पेन्शन देण्याची सुविधा आहे. पहिल्या प्रकारात जर कर्मचारी सेवा कालावधीत निधन पावला असता, दुसऱ्या प्रकारात वृद्धापकाळातील अवधीसाठी आणि तिसऱ्या प्रकारात सेवा कालावधीत कायमस्वरूपी अपंगत्व आले असेल तर पेन्शन देण्यात येते. देय पेन्शन निश्चित करण्यासाठी आत्तापर्यंत पूर्ण केलेला सेवाकाळ लक्षात घेतला जातो. जेव्हा नोकरी सोडताना दहा वर्षांपिक्षा कमी सेवा अवधी झालेला असतो तेव्हा तक्ता- डी अमलात आणला जातो. समजा एखाद्या व्यक्तीने नोकरी सोडताना चार वर्षे पूर्ण केली असतील आणि त्याचे वेतन ४००० रुपये असेल तर गुणिले ३.९९ = १५९६०/-

तक्ता-डी
नोकरी सोडताना मिळणारा वर्गणीचा परतावा

(Return of contribution on exit from the employment)

सेवेचा अवधी	नोकरी सोडतानाच्या/वेतनाचे प्रमाण
१	१.०२
२	१.९९
३	२.९८
४	३.९९
५	५.०२
६	६.०७
७	७.१३
८	८.२२
९	९.३३

उपरोक्त तक्ता हा १० जून २००८ दिनांकित सरकारी सेवा अधिनियम ४३८ (ई) अन्वये दिल्या जाणाऱ्या अतिरिक्त लाभावर आधारित आहे.

जेव्हा सेवेचा अवधी १० वर्षांहून अधिक आणि २० वर्षांहून कमी असेल तेव्हा पेन्शन आकारणीचे सूत्र असे असते - पेन्शन पात्र वेतन गुणिले पेन्शन पात्र सेवेचा अवधी भागिले ७०. जर पेन्शन पात्र सेवा १८ वर्षे झाली असून पेन्शन पात्र वेतन रुपये ४०००/- असेल तर त्या व्यक्तीला १८x४०००/७० = १०२९ रुपये देय पेन्शन असेल.

ज्यावेळी पेन्शनपात्र सेवा २० वर्षांहून अधिक झालेली असते त्यावेळी त्यात अजून दोन वर्षांची भर घालून उपरोक्त सूत्राने देय पेन्शन आकारली जाते. म्हणजे जर वीसच वर्षे सेवा झाली असेल तर बावीस वर्षे गृहीत धरून देय पेन्शन आकारली जाईल.

ज्या सदस्याची वयाची ४८ वर्षे १६ नोव्हेंबर १९९५ रोजी पूर्ण झालेली नसतील तर पेन्शन पात्र सेवेचे १६ नोव्हेंबर १९९५पासून पेन्शन आकारणीचे सूत्र असे असते - पेन्शन पात्र वेतन गुणिले पेन्शन पात्र सेवेचा अवधी भागिले ७० किंवा ६२५/- रुपये यापैकी जे अधिक असेल ते. याशिवाय मागील सेवा काळाचा लाभ पुढील प्रमाणे अतिरिक्त देण्यात येईल.

क्रमांक	मागील सेवा अवधी (Years Of Past Service)	१६.११.१९९५ रोजी वयाच्या ५८ व्या वर्षी मागील सेवा काळाचा देय लाभ (The Past Service Benefits payable on completion of 58 No. years of age on 16.11.95)	
		दरमहा वेतन २५००/- पेक्षा कमी	दरमहा वेतन २५००/- पेक्षा अधिक
१	११ वर्षां पर्यंत	रु.८०/-	रु.८५/-
२	११ वर्षांहून अधिक पण १५ वर्षपिक्षा कमी	रु.९५/-	रु.१०५/-
३	११ वर्षांहून अधिक पण २० वर्षपिक्षा कमी	रु.१२०/-	रु.१३५/-
४	२० वर्षांहून अधिक.	रु.१५०/-	रु.१७०/-

जर मागील सेवा अवधी २४ वर्षे झालेला असेल तर किमान ८००/- दरमहा देय ठरतात; पण जर हाच अवधी २४ वर्षपिक्षा कमी झाला असेल तर पेन्शन आणि उपरोल्लेखित लाभ त्या त्या प्रमाणात कमी होऊन किमान ४५००/- रुपये देय ठरतात.

ज्या सदस्याचे वय १६ नोव्हेंबर १९९५ रोजी ४८ वर्षे पूर्ण आणि ५३ वर्षे पेक्षा कमी असेल तर तेव्हा पेन्शन आकारणीचे सूत्र असे असते - पेन्शन पात्र वेतन गुणिले पेन्शन पात्र सेवेचा अवधी भागिले ७० किंवा दरमहा ४३८ रुपये यापैकी जे अधिक असेल ते तसेच त्या व्यतिरिक्त जर मागील सेवा २४ वर्षांची असेल तर परिच्छेद १२(३) अन्वये मागील सेवेचे दरमहा किमान ६००/- रुपये

देय ठरतात.

ज्या सदस्याचे वय १६ नोव्हेंबर १९९५ रोजी ५३ वर्षे किंवा अधिक असेल तर तेव्हा पेन्शन आकारणीचे सूत्र असे असते - पेन्शन पात्र वेतन गुणिले पेन्शन पात्र सेवेचा अवधी भागिले ७० किंवा दरमहा ३३५ रुपये यापैकी जे अधिक असेल ते तसेच त्या व्यतिरिक्त जर मागील सेवा २४ वर्षांची असेल तर परिच्छेद १२(३) अन्वये मागील सेवेचे दरमहा किमान ५००/- रुपये देय ठरतात. जर मागील सेवा २४ वर्षापिक्षा कमी असेल मागील सेवेचे दरमहा किमान २६५/- रुपये देय ठरतात.

सर्व साधारणपणे वयाच्या ५८ वर्षे पूर्ण झाल्यावर वृद्धापकाळची सुविधा म्हणून निवृत्ती वेतन - पेन्शन देय ठरते; पण जेव्हा सदस्य ५८ वर्षे पूर्ण होण्याआधी सेवेतून मुक्त होतो, अशा वेळी त्याचे वय किमान ५० वर्षे पूर्ण असल्याशिवाय पेन्शन देय ठरत नाही. वयाची ५८ वर्षे पूर्ण होण्याआधी जी पेन्शन दरमहा मिळते त्यात किमान ३% प्रति वर्ष दराने कपात केलेली असते.

काही वेळा बरेच सदस्य पेन्शन किंवा सुपरॲन्युएशनची सुविधा असलेली नोकरी सोडतात आणि ही सुविधा नसलेली नवीन नोकरी स्वीकारतात. अशा वेळी त्यांना ''योजना प्रमाणपत्र (Scheme Certificate) देण्यात येते. या प्रमाणपत्रात नोकरी सोडतानाची त्या सदस्याची पेन्शनपात्र वेतन आणि त्यानुसार देय ठरणारी पेन्शन नमूद केलेली असते. जर हा सदस्य पेन्शन किंवा सुपरॲन्युएशनची सुविधा असलेल्या नवीन नोकरीत रुजू झाला तर मात्र ही नवीन पेन्शनपात्र सेवा अवधी आणि वेतन या आधीच्या पेन्शनपात्र सेवेत जमा केले जातात.

विधवांना मिळणाऱ्या पेन्शनमध्ये तीन प्रकारची वर्गवारी असते. पहिल्या प्रकारात सदस्याचा सेवेत असताना मृत्यू झाला असेल, दुसऱ्या प्रकारात सदस्याची वयाची ५८ वर्षे पूर्ण होण्याआधीच नोकरी सोडल्यानंतर त्या सदस्याचा मृत्यू झाला असेल, आणि तिसऱ्या प्रकारात दरमहा पेन्शन चालू असताना सदस्याचा मृत्यू झाला असेल. ज्यावेळी सदस्याचा सेवा कालावधीत मृत्यू झाला असेल तर त्या सदस्याने किमान एक महिन्याची वर्गणी भरलेली असली पाहिजे. तसेच त्याचे वय ५८ वर्षे पूर्ण झालेले असता नये.

जर संततीला पेन्शन लाभ उपलब्ध होत असेल तर विधवेला मिळणाऱ्या पेन्शनच्या २५% रक्कम मुलाला/मुलीला त्याचे/तिचे वय २५ वर्षे पूर्ण होईतो देय ठरते.

सेवानिवृत्तिपश्चात लाभाचे तीन हिस्से

सेवानिवृत्तिपश्चात मिळणारी सर्व रक्कम एकाच बँक खात्यात जमा करावी. ह्या रकमेच्या विनियोगाचा आराखडा आधीच तयार असेल तर उत्तमच! नसल्यास ही सर्व रक्कम चांगल्या म्युच्युअल फंडाच्या लिक्विड फंड मध्ये लाभांश पुनर्गुंतवणुकीच्या पर्यायांसह ठेवावी. यामुळे बँकेतील बचत खात्यावरील किंवा अत्यल्प मुदत ठेवींवरील (१५ ते ४६ दिवसांसाठी) मिळणाऱ्या आयकर पात्र व्याजापेक्षा लिक्विड फंड मधील करमुक्त लाभांश कधीही लाभकारीच ठरतो. महिन्या-दीड महिन्यात गुंतवणुकीचा आराखडा निश्चित करून हा सर्व निधी मार्गी लावावा. या निधीचे नियोजन करताना आयुर्मानाची आणि आरोग्याची जोखीम प्रथम विचारात घेणे आवश्यक असते. सेवानिवृत्तिपश्चात मिळालेल्या एकूण निधीचे तीन हिस्से करावेत. विद्यमान कौटुंबिक आरोग्याचा खर्च आणि व्याधी लक्षात घेऊन किमान १०% निधी वैद्यकीय उपचारांसाठी राखावा. जर तुम्हाला किंवा कुटुंबातील अन्य सदस्याला या आधी हृदयविकाराचा त्रास झालेला असेल किंवा मधुमेह बळावलेला असेल किंवा अन्य गंभीर असाध्य व्याधीने त्रस्त असेल तर एकूण निधीच्या किमान १५% निधी वैद्यकीय उपचारांसाठी त्वरित उपलब्ध होईल अशा तऱ्हेने ठेवावी. आपल्या आजारपणाचे स्वरूप लक्षात घेऊन घरात वैद्यकीय आणीबाणीसाठीची रक्कम म्हणून याच रकमेतील तीन-चार टक्के रक्कम रोख स्वरूपात घरात ठेवावी. जरी वैद्यकीय विम्याचे संरक्षण घेतलेले असले तरीही ही तजवीज करून ठेवणे इष्ट ठरते. सर्वच वेळी कॅशलेस मेडिक्लेम उपयोगात आणता येईल असे म्हणणेही जोखीमेचे ठरू शकते.

सेवानिवृत्तिपश्चात मिळालेल्या एकूण रकमेच्या वीस ते पंचवीस टक्केचा दुसरा हिस्सा चांगल्या कंपन्यांच्या शेअर्समध्ये तसेच चांगल्या इक्विटी म्युच्युअल फंडात वृद्धी पर्यायात (ग्रोथ ऑप्शन) गुंतवावा. दर चार-पाच वर्षांनी वाढत्या महागाईला तोंड देण्यासाठी ही तरतूद करावीच लागणार आहे. आपल्याला जे दर महिन्याला मिळणारे उत्पन्न सुरुवातीची दोन-तीन वर्षे कदाचित पुरेसे वाटेल. पण त्यानंतर वाढत्या राहणीमानाचा खर्च भागवणे त्रासदायक होऊ शकते. ह्या शेअर्स तसेच इक्विटी म्युच्युअल फंडातील गुंतवणुकीवर चार-पाच वर्षांत झालेला भांडवली नफा पदरात पडून घेऊन ह्या नफ्याची रक्कम आपल्याला मासिक उत्पन्न देणाऱ्या योजनांकडे वळवावी. त्यामुळे वाढीव खर्चाची गरज या अतिरिक्त

उत्पन्नातून भागवता येईल. मूळ गुंतवणूक अबाधित ठेवून किंवा कालपरत्वे शेअर बाजारातील वातावरण बघून प्रत्येक चार-पाच वर्षांनंतर वाढीव भांडवली नफा घेत जाणे हिताचे ठरते.

उर्वरित तिसरा हिस्सा ६०% ते ७०% रकमेचा असून ही सर्व रक्कम आपल्या मासिक उत्पन्नाची गरज भागवण्यासाठी योग्य योजनांमध्ये गुंतवावी. आज बँकांच्या दीर्घ अवधीतील (मुदत पाच ते दहा वर्षे) मुदत ठेवींच्या माध्यमातून किंवा पोस्टाच्या मासिक उत्पन्न योजनेद्वारे किंवा एच डी एफ सी लिमिटेड, पीएनबी हाऊसिंग फायनान्स, गृह (Gujrat Rural & Housing) लिमिटेड, एल आय सी हाऊसिंग फायनान्स लिमिटेड सारख्या गृह वित्त साहाय्य करणाऱ्या कंपन्यांच्या ठेव योजनांद्वारे दरमहा व्याजाचे उत्पन्न प्राप्त होते. अर्थात हे व्याजदर निश्चित असून व्याजाची रक्कम आयकर पात्र (टॅक्सेबल) ठरते. म्युच्युअल फंडांच्या मासिक उत्पन्न योजनांतर्फे दरमहा करमुक्त लाभांशाचे (डिव्हिडंड) उत्पन्न प्राप्त होते. आयुर्विमा कंपन्यांच्या वर्षासन म्हणजेच अॅन्युइटी (Annuity) योजनांत मासिक, त्रैमासिक, सहामाही आणि वार्षिक वर्षासन देण्याचे पर्याय असतात. पण या वर्षासनांचे विद्यमान उत्पन्न दर (वार्षिक ६-६.५%) आकर्षक नसून मूळ मुद्दल वर्षासन धारकाच्या (Annuitant) मृत्यूपर्यंत अडकून पडते. तसेच ही वर्षासनाची मिळणारी रक्कम आयकर पात्र ठरते. वयाची साठी उलटलेली असेल तर राष्ट्रीयीकृत बँकांमधील सरकारी वरिष्ठ नागरिक बचत योजना त्रैमासिक व्याज देणारी चांगली योजना आहे. हे व्याज आयकर पात्र असून व्याजातून १०.३% मूळ स्रोतातून करकपात (T.D.S.) होते. स्टेट बँक, इंडियन बँक सारख्या काही राष्ट्रीयकृत बँक्स दहा वर्षे मुदतीच्या ठेवी स्वीकारतात. या ठेवींवरील व्याज दरतिमाहीस घ्यावे.

सेवानिवृत्ताच्या वैद्यकीय खर्चाचा भार मेडिक्लेमवर

"**भा**रतात सेवानिवृत्तिपश्चात मिळणारे अपुरे लाभ मासिक उत्पन्नाची जेमतेम ६०% गरज भागवू शकतात.'' मर्सर या मानव संसाधन क्षेत्रात कार्यरत असलेल्या जागतिक कंपनीने भारतातील २६ खाजगी क्षेत्रातील तर २२ सार्वजनिक क्षेत्रातील कंपन्यांतून सर्वेक्षण करून हे मत मांडले आहे. नॅशनल थर्मल पॉवर कॉर्पोरेशन, भेल, आय डी एफ सी, इंडियन ऑईल, स्टील ऑथोरिटी ऑफ इंडिया, स्टेट बँक इत्यादीचा समावेश २२ सार्वजनिक क्षेत्रातील कंपन्यात होता. ए सी सी, ऑक्सिस बँक, इन्फोसिस, आय टी सी, रिलायन्स, टी सी एस, नेस्ले इत्यादींचा समावेश या २६ खाजगी क्षेत्रातील कंपन्यांत होता. या कंपन्यांतून भविष्य निर्वाह निधी, ग्रॅच्युइटी आणि शिल्लक रजेचा पगार यासह सेवानिवृत्तिपश्चात मिळणारा लाभ त्यांच्या उर्वरित आयुर्मानासाठी अपुराच पडतो. सार्वजनिक आरोग्य सेवा आणि सामाजिक सुरक्षा योजनांच्या अभावांमुळे येत्या काही दशकांत भारताच्या अर्थव्यवस्थेवर आणि सामाजिक स्थिरतेवर विपरीत परिणाम करणार असल्याचे या सर्वेक्षण अहवालात स्पष्ट म्हटले आहे. तसेच चलनवाढीच्या दरापेक्षा जास्त दराने कायम वाढ होणारे वैद्यकीय उपचारांवरचे खर्च म्हातारपणातील सर्वात मोठा खर्च ठरला आहे. भारतात आरोग्यावर खर्च होणाऱ्या एकूण खर्चात ७८% खर्च रुग्ण स्वतःच्या ऐपतीतूनच करतात. ग्रामीण क्षेत्रातील ३०% रुग्ण खर्चाची ऐपत नसल्याने वैद्यकीय उपचार करतच नाहीत किंवा अंधश्रद्धेच्या विळख्यात अडकून संपून जातात. भारताच्या ग्रामीण क्षेत्रातील ४७% तर शहरी क्षेत्रातील ३१% जनता इस्पितळातील खर्चासाठी कर्ज काढते किंवा स्वतःच्या मालमत्ता विकून रक्कम उभी करते.

या पार्श्वभूमीवर सेवानिवृत्ती स्वीकारणाऱ्या प्रत्येक व्यक्तीने या वैद्यकीय खर्चाचा घटक प्राधान्याने विचारात घेणे आवश्यक ठरते. आपल्याला आणि आपल्या कुटुंबातील कोणासही एखादी व्याधी असेल तर प्रकर्षनि वैद्यकीय उपचारांच्या खर्चासाठी आर्थिक तरतूद एकीकडे करतानाच दुसरीकडे वैद्यकीय

विम्याची सोय उपलब्ध कशी होईल ते बघावे. आजही वयाच्या पंचेचाळीस-पन्नास वर्षांनंतर आरोग्य विमा उतरविण्यास विमा कंपन्या तेवढ्या उत्सुक नसतात. त्यातूनही विमा उतरवताना कराव्या लागणाऱ्या वैद्यकीय चाचण्यांमध्ये ''काही'' उद्भवलं तर आरोग्य विम्याचा हफ्ता वाढू शकतो किंवा आरोग्य विमा नाकारला जाऊ शकतो. या सर्व बाबी लक्षात घेऊन वयाच्या चाळिशीत आरोग्य विमा उतरवून ठेवावा. दावा करता आला नाही म्हणजे विम्याच्या हफ्त्याची रक्कम वाया गेली असे बरेचजण म्हणतात. पण हा वायफळ खर्च नसून भविष्य काळातील वैद्यकीय खर्चाची अल्प पैशांत केलेली तरतूद असते. आज सर्वच सर्वसाधारण विमा कंपन्या जेष्ठ नागरिकांसाठी आरोग्य विमा देत नाहीत. सर्वसाधारण विमा महामंडळा अंतर्गत येणाऱ्या सार्वजनिक क्षेत्रातील न्यू इंडिया अशुरन्स, नॅशनल इन्शुरन्स, युनायटेड इन्शुरन्स, आणि ओरिएंटल इन्शुरन्स या चार कंपन्या ज्येष्ठ नागरिकांसाठी आरोग्य विमा देत आहेत. याशिवाय काही खाजगी कंपन्यासुद्धा अशा प्रकारचा आरोग्य विमा देऊ करतात.

वयाच्या पंचेचाळिशीनंतर पण पन्नाशी पूर्ण होण्याआधी जर मेडिक्लेम योजना स्वीकारायची असेल तर सीबीसी, ईसीजी, ग्लायकोसीलटेड हिमोग्लोबिन टेस्ट, सेरेम कोलेस्ट्रॉल, छातीचा एक्सरे, दोन्ही डोळ्यांची तपासणी, पोट आणि ओटीपोटाची सोनोग्राफी या तपासण्या करणे बंधनकारक आहे. वयाच्या पन्नाशीनंतर या सर्व तपासण्यांसह स्ट्रेस टेस्ट आणि दोन्ही घुडघ्यांचे एक्सरे करावे लागतात. वयाच्या साठींनंतर ''वरिष्ठ नागरिक मेडिक्लेम योजना'' घेतल्यास उपरोक्त चाचण्या करणे आवश्यक ठरते. तसेच या आरोग्य अहवालात काही अनारोग्य दर्शविणाऱ्या बाबी आढळल्यास विमा हफ्त्यात अतिरिक्त भार शुल्काची (Load Charges) वाढ होते. ही वाढ किमान २५% पासून १००% पर्यंत असू शकते. तसेच दाव्याची रक्कम (Claim Amount) मिळवताना ८०:२० असे प्रमाण निश्चित केले जाऊ शकते. याचाच अर्थ एकूण दाव्याच्या २० टक्के हिस्सा तुम्ही उचलणार तर उर्वरित हिस्सा विमा कंपनी उचलते. विशिष्ट रोग आणि शस्त्रक्रिया तसेच आरोग्य तपासण्यांचा खर्च यांच्या विमा कंपनीने निश्चित केलेल्या कमाल रकमेच्या मर्यादा आधीच जाणून घेणे आपले कर्तव्य ठरते.

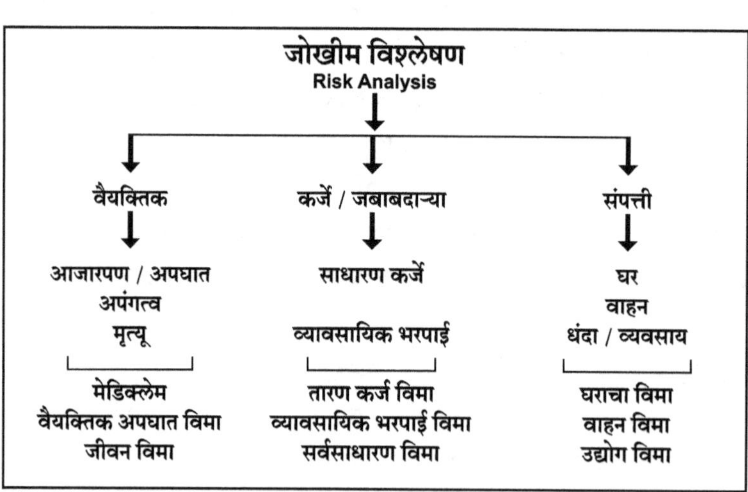

गृह वित्त साहाय्य कंपन्यांच्या ठेवींना प्राधान्य

सेवानिवृत्ताना दरमहा उत्पन्नाचा स्रोत असणे आवश्यक वाटत असते. अर्थात त्यात गैर काहीच नाही. पण पोस्ट आणि बँकांपेक्षा अधिक व्याजदराने कोणत्या कंपन्या किंवा वित्त संस्था व्याज देऊ करत आहेत, याचा शोध घेताना असुरक्षित माध्यमांत गुंतवणूक केली जाते आणि नंतर पस्तावायची वेळ येते. मासिक उत्पन्नाच्या पर्यायात सर्वात कमी व्याज दर देय ठरतो. म्हणूनच जर तिमाही व्याज दराचा पर्याय स्वीकारल्यास थोड्या अधिक दराने व्याज पदरात पडते. पहिल्या तीन महिन्यांची नीट आखणी केली तर आर्थिक तोशिश जाणवणार नाही. ज्यावेळी पोस्ट आणि बँकांऐवजी कंपनी ठेवीत गुंतवणूक करायची असेल तर त्यावेळी गृह वित्त साहाय्य कंपन्यांना नेहमी प्राधान्य द्यावे. घरांसाठी कर्ज देणाऱ्या या कंपन्या लोकांकडून ठेवी स्वीकारतात. या कंपन्यांकडील ठेवींना पतमानांकन श्रेणी (Credit Rating Grade) असणे बंधनकारक असल्याने गुंतवणूकदार या श्रेणी बघून योग्य निर्णय घेऊ शकतात. आज ट्रिपल ए (AAA) ही सर्वोच्च श्रेणी मिळालेल्या पाच गृह वित्त साहाय्य कंपन्या आहेत. त्यात एच डी एफ सी लिमिटेड ही गृह वित्त साहाय्य क्षेत्रातील सर्वात पहिली आणि अग्रेसर ठरलेली कंपनी आहे. गृह हाऊसिंग फायनान्स, एल आय सी हाऊसिंग फायनान्स, दिवाण हाऊसिंग फायनान्स आणि पी एन बी हाऊसिंग फायनान्स या चार कंपन्याचाही यात समावेश आहे.

या सर्व कंपन्यांच्या ठेवींमध्ये संचयित व्याजाचा (Cumulative) पर्याय उपलब्ध आहे. ज्यांना विशिष्ट उद्दिष्टांसाठी एकरकमी गुंतवणूक करायची असेल तर त्यांना हा पर्याय उपयुक्त ठरतो. दर महिन्याच्या किंवा तिमाहीच्या विशिष्ट तारखेस बँकेच्या खात्यात व्याज जमा होण्याची सुविधा उपरोक्त गृह वित्त साहाय्य कंपन्या देत आहेत. संयुक्त नावे (Joint Names) या ठेवीत गुंतवणूक करणे योग्य असते. नामांकनाची सोय या ठेव योजनात आहेच. वयाची साठ वर्षे पूर्ण केलेल्या वरिष्ठ नागरिकांसाठी एच डी एफ सी लिमिटेड, गृह हाऊसिंग फायनान्स, एल आय सी हाऊसिंग फायनान्स, आणि पी एन बी हाऊसिंग फायनान्स या चार कंपन्या प्रतिवर्ष ०.२५% अतिरिक्त व्याज दर ठेवींवर देतात. दिवाण हाऊसिंग फायनान्स ही कंपनी वरिष्ठ नागरिकांसाठी प्रतिवर्ष अर्धा टक्का अतिरिक्त व्याजदर देत आहे.

कंपनीचे नाव	मासिक उत्पन्न	तिमाही उत्पन्न	सहामाही उत्पन्न
एच डी एफ सी लिमिटेड			
अवधी १२ ते ४७ महिने	८.९०%	८.९५%	९.०५%
अवधी ४८ ते ६० महिने	८.६५%	८.७०%	८.८०%
एल आय सी हाऊसिंग फायनान्स			
अवधी १ वर्ष व १८ महिने	-	-	९.१०%
२ वर्षे	-	-	९.२५%
३ वर्षे	-	-	९.४०%
५ वर्षे (*वरिष्ठ नागरीकांसाठी ०.२५% अधिक)	-	-	९.६%
गृह हाऊसिंग फायनान्स अवधी १२ ते २३ महिने ते अवधी २४ ते ८४ महिने	८.५० ते ९.००%	८.७५ ते ९.२५%	९ ते ९.५०% वार्षिक उत्पन्नासाठी
पी एन बी हाऊसिंग फायनान्स अवधी १२ ते १२० महिने	-	-	९.६५ ते ९.५०%
दिवाण हाऊसिंग फायनान्स अवधी १२ ते ८४ महिने (*ठेवीची रक्कम २५ लाख रुपयांपेक्षा कमी असल्यास)	९.८%*	९.८८%*	१०%*
एच डी एफ सी लिमिटेड वरिष्ठ नागरिकांसाठी प्लॅटिनम योजना *अवधी १५ आणि ३३ महिने	९.४५%	९.५५%	९.६५%
दिवाण हाऊसिंग फायनान्स *अवधी १४ महिने ४० महिने	१०.२९ ते १०.४५%	१०.३७ ते १०.५५%	१०.०० ते १०.७%
**** उपरोक्त व्याज दर १५ एप्रिल २०१४ रोजी असलेले.**			

या ठेव योजनांवरील व्याज आयकर पात्र असून प्रति शाखा कार्यालय प्रति वर्ष ५,००० रुपयांपेक्षा अधिक व्याज ठेवींवर आल्यास त्या व्याजावर मूळ स्रोतातून १०.३% दराने आयकर कापला जातो. पेन्शन तसेच अन्य गुंतवणुकीद्वारे येणारे व्याजाचे उत्पन्न जर करमुक्त उत्पन्न मर्यादिपर्यंतच एकूण वार्षिक उत्पन्न असेल तर १५ एच किंवा १५ जी हे अर्ज व्याजावर मूळ स्रोतातून आयकर (T.D.S.) कापू नये म्हणून भरावेत. बहुसंख्य ठेवीदार एका गृह वित्त साहाय्य कंपनीच्या अनेक शाखा कार्यालयांतून ठेवीची रक्कम विखरून ठेवतात. त्यामुळे व्याजावर मूळ स्रोतातून आयकर कापला न गेल्याचा आनंद मिळाला तरी ते व्याज करपात्रच असल्याने आर्थिक वर्ष अखेरीस सर्व प्रकारच्या उत्पन्नाचा अंदाज घेऊन देय कर भरणे योग्य असते.

पोस्टाच्या योजना

सेवानिवृत्ती घेतलेल्या प्रत्येक व्यक्तीला मासिक उत्पन्नासाठी पहिला पर्याय त्याच्या नजरेत येतो तो पोस्टाच्या मासिक उत्पन्न देणाऱ्या योजनेचा! त्यातूनही जर वयाची ६० वर्षे पूर्ण असतील तर वरिष्ठ नागरिकांसाठी असलेली योजना अधिकच आकर्षक वाटू लागते. या वरिष्ठ नागरिक बचत योजनेत (Senior Citizen Saving Scheme) पोस्टाच्या मासिक उत्पन्न योजनेपेक्षा व्याजदर जास्त आहे. बहुसंख्य सेवानिवृत्त केवळ व्याजदर बघून गुंतवणुकीचा निर्णय घेतात. खरे म्हणजे त्या त्या योजनांचे फायदे-तोटे नीट समजून घेऊनच नेमका निर्णय होणे आवश्यक असते.

पोस्टाची मासिक उत्पन्न योजना

पोस्टाच्या मासिक उत्पन्न योजनेत कोणीही भारतीय निवासी नागरिक गुंतवणूक करू शकतो. ही गुंतवणूक किमान १५००/- रुपयांपासून ते कमाल साडे चार लाख रुपयांपर्यंत एकाच नावे असलेल्या खात्यात (Single Account) तर संयुक्त नावे (Joint Account) असलेल्या खात्यात कमाल नऊ लाख रुपयांपर्यंत रक्कम गुंतवता येते.

या योजनेची मुदत पाच वर्षांची असून २०१४-१५ या आर्थिक वर्षासाठी विद्यमान दर प्रतिवर्ष ८.४% असून यात दरमहा व्याज दिले जाते. या योजनेत नामांकनाची सुविधा आहे. या योजनेचे खाते उघडल्यापासून एक वर्षानंतर रोकडसुलभता (Liquidity) उपलब्ध आहे. तीन वर्षांच्या आत हे खाते बंद केले तर ठेवीच्या रकमेतून २% रक्कम दंड म्हणून कापली जाते.जर तीन वर्षानंतर हे खाते बंद केले तर ठेवीच्या रकमेतून १% रक्कम कापून घेतली जाते. सरकारी रोखे (G-Sec.) वरील व्याजदरांशी निगडीत या योजनेच्या व्याजदरांची सांगड घातल्याने दर आर्थिक वर्षी एक एप्रिल रोजी या योजनेवरील वार्षिक व्याजदर घोषित होतो आणि त्याच दराने दरमहा व्याज देण्यात येते. विद्यमान व्याजदर ८.४% आहे. या योजनेतील व्याज करपात्र आहे. तसेच या योजनेतील गुंतवणूक कोणत्याही प्रकारच्या आयकर सवलतीचा लाभ देत नाही.

ज्येष्ठ नागरिक बचत योजना

ज्येष्ठ नागरिक बचत योजनेत (Senior Citizen Saving Scheme) वयाची ६० वर्षे पूर्ण केलेली कोणीही ज्येष्ठ व्यक्ती सामील होऊ शकतो. वयाची ५५ वर्षे पूर्ण केलेल्या स्वेच्छानिवृत्तिधारकांना त्यांचे स्वेच्छानिवृत्तीचे लाभ मिळाल्यापासून एक महिन्यांच्या आत या योजनेत गुंतवणूक करण्याची मुभा आहे. या योजनेचे खाते कोणत्याही पोस्टात किंवा २४ राष्ट्रीयीकृत बँकांच्या निवडक शाखांमध्ये उघडता येतात. एका बँकेतून दुसऱ्या बँकेत खाते बदलण्याची सुविधा आहे. योजनेत किमान एक हजार रुपयांपासून ते कमाल पंधरा लाख रुपयांपर्यंत गुंतवणूक करता येते. ही गुंतवणूक एक हजार रुपयांच्या पटीत असली पाहिजे. या योजनेची मुदत पाच वर्षांची असून त्या नंतर तीन वर्षांसाठी ही मुदत वाढवता येते. या योजनेवर विद्यमान व्याजदर प्रतिवर्ष ९.२% दराने असून दरवर्षी ३१ मार्च, ३० जून, ३० सप्टेंबर, आणि ३१ डिसेंबर रोजी प्रत्येक तिमाहीच्या अखेरीस मिळते. हे व्याज बचत खात्यात ईसीएसद्वारे परस्पर जमा होण्याची सुविधा आहे.

सरकारी रोखे (G-Sec.) वरील व्याजदरांशी निगडित या योजनेच्या व्याजदरांची सांगड घातल्याने दर आर्थिक वर्षी एक एप्रिल रोजी याही योजनेवरील वार्षिक व्याजदर घोषित होतो आणि त्याच दराने त्रैमासिक व्याज देण्यात येते.

एकल नावाने खाते उघडता येते; पण संयुक्त खाते उघडावायचे असल्यास संयुक्त खातेधारक हा पती किंवा पत्नी असणे बंधनकारक आहे. या योजनेतही नामांकन (Nomination) सक्तीचे आहे. या योजनेचे खाते उघडल्यापासून एक वर्षानंतर रोकडसुलभता (Liquidity) उपलब्ध आहे. दोन वर्षांच्या आत हे खाते बंद केले तर ठेवीच्या रकमेतून १.५% रक्कम दंड म्हणून कापली जाते. जर दोन वर्षांनंतर हे खाते बंद केले तर ठेवीच्या रकमेतून १% रक्कम कापून घेतली जाते.

या योजनेतील व्याज पूर्णतः आयकरपात्र आहे. प्रत्येक आर्थिक वर्षी या योजनेवरील व्याजाचे उत्पन्न दहा हजार रुपयांपेक्षा अधिक प्राप्त झाल्यास मूळ स्रोतातून आयकर कपात केली जाते. जर सर्व स्रोतांतून येणारे उत्पन्न करपात्र उत्पन्न मर्यादेपेक्षा कमी असेल तर १५ एच किंवा १५ जी अर्ज भरून देऊन मूळ स्रोतातून होणारी आयकर कपात टाळता येईल. तसेच या योजनेतील गुंतवणूक कोणत्याही प्रकारचा आयकर सवलतीचा लाभ देत नाही.

भविष्यातील उत्पन्नाचा पर्याय राष्ट्रीय पेन्शन योजना (NPS)

To say goodbye to tension in retirement, you should say hello to pension. ही उक्ती कोणीतरी सहज सांगून गेला आहे. पण खूपच मोठा अर्थ त्यात दडला आहे. एक जानेवारी २००४ पासून केंद्र आणि राज्य सरकारांत नोकरीस लागलेल्यांना सर्वसाधारण भविष्य निर्वाह निधी खात्यातून (GPF Account) देण्यात येणारा पेन्शनचा लाभ वजा केला गेला. या सरकारी कर्मचाऱ्यांसाठी राष्ट्रीय पेन्शन योजना (National Pension Scheme) अनिवार्य केली आहे. अर्थात या योजनेत इतर पगारदार-व्यावसायिकही सामील होऊ शकतात. पेन्शन फंड रेग्युलेटिंग डेव्हलपमेंट ऑथॉरिटी (PFRDA) ही पेन्शन क्षेत्राची नियामक (Regulator) संस्था आहे. ही योजना निश्चित केलेल्या वर्गणीच्या तत्त्वावर असून तिचे दोन प्रकार आहेत- टियर-१ आणि टियर -२. सरकारी कर्मचारी त्यांच्या वयाच्या साठीनंतर टियर -१ प्रकारातून मुक्त होऊ शकतील. परंतु त्यांच्या या राष्ट्रीय पेन्शन योजना खात्यातील एकूण जमा रकमेच्या ६०% रक्कम वयाची ७० वर्षे पूर्ण होण्याआधी काढून घेऊन उर्वरित ४०% रक्कम वर्षासनाची रक्कम (Annuity Amount) दरमहा मिळण्यासाठी आयुर्विमा कंपनीकडे गुंतवणे बंधनकारक आहे. वयाची साठी पूर्ण होण्याआधी जर या खात्यातून बाहेर पडायचे असेल तर एकूण जमा रकमेच्या ८०% रक्कम वर्षासनाची रक्कम (Annuity Amount) दरमहा मिळण्यासाठी आयुर्विमा कंपनीकडे गुंतवणे बंधनकारक आहे. टियर-१ प्रकारात मूळ पगाराच्या १०% रक्कम कर्मचाऱ्याने जमा करणे अनिवार्य असून तेवढीच रक्कम सरकार त्या खात्यात जमा करते. हीच रक्कम मध्येच काढता न येणाऱ्या पेन्शन टियर -१ खात्यात राखून ठेवली जाते.

टियर -२ यात स्वेच्छेने खात्यातील रक्कम कधीही काढण्याची सुविधा आहे. परंतु या खात्यात सरकारकडून कोणत्याही प्रकारचा हिस्सा जमा केला जात नाही. प्रत्येक आर्थिक वर्ष अखेरीस किमान २००० रुपयांची शिल्लक असणे आवश्यक आहे.

कोणीही भारतीय निवासी व्यक्ती की जिचे वय १८ ते ६० वर्षे दरम्यान आहे, अशा व्यक्ती

हे खाते उघडू शकतात. हे खाते उघडण्यासाठीचा खर्च आणि प्राण क्रमांक (PRAN-Permanent Retirement Account Number) मिळण्यासाठी ५० रुपये तर प्रारंभाची नोंदणी आणि वर्गणी शुल्क म्हणून १०० रुपये द्यावे लागतात. या खात्यावर वार्षिक देखभाल शुल्क २२५ रुपये आकारले जात असून प्रत्येक व्यवहारासाठी किंवा रक्कम जमा करतेसमयी ५ रुपये आकारले जातात. वार्षिक निधी व्यवस्थापन शुल्क (Fund Management Charge) म्हणून निधी मूल्याच्या ०.२५% तर निधी मूल्याच्या ०.००७५% ते ०.०५% वार्षिक साठवणूक शुल्क (Custodian Charge) म्हणून आकारले जाते. खाते उघडताना किमान गुंतवणूक १००० रुपये आवश्यक असून किमान ६००० रुपये दर वर्षी जमा होणे बंधनकारक आहे.

या योजनेत गुंतवणुकीचे तीन पर्याय दिले असून त्यातूनच गुंतवणूकदारांना पर्याय निश्चित करावा लागतो. पहिला पर्याय अधिक जोखीमयुक्त असून त्यात एकूण निधीच्या जास्तीत जास्त ५०% पर्यंत समभागाशी निगडित म्हणजेच इंडेक्स फंडात गुंतवणूक केली जाते. हा पर्याय 'ई टाईप' म्हणून गणला जातो. दुसरा पर्याय 'जी टाईप' असून त्यात सरकारी रोख्यांमध्येच गुंतवणूक करून जोखीम टाळली जाते. तिसरा पर्याय 'सी टाईप' असून त्यात पत जोखीमयुक्त कर्जरोखे (Credit Risk- bearing Debt) किंवा निश्चित उत्पन्नावर आधारित गुंतवणूक केलेली असते. याशिवाय या योजनेत कर्तव्यच्युती (Default) पर्याय असून त्यात गुंतवणूकदाराचे वय लक्षात घेऊन वाढत्या वयानुसार समभाग कमीकमी केला जातो. स्वतःची जोखीम स्वीकारण्याची क्षमता बघूनच गुंतवणूकदाराने निर्णय घेणे अपेक्षित आहे. तीनही पर्यायांचे मिश्रण स्वीकारण्याचा आगळावेगळा पर्याय सुद्धा उपलब्ध करून ज्या गुंतवणूकदारांना कोणती पर्याय निवडायचे ते कळत नाही अशांसाठी 'ऑटोचॉईस' पर्याय दिला आहे. या पर्यायानुसार योजनेत सामील होताना असणाऱ्या कमीतकमी वयास (१८ वर्षे) 'ई' पर्यायात ५०%, 'सी' पर्यायात ३०%, आणि 'जी' पर्यायात २०% या प्रमाणे निधी गुंतवला जातो. हेच प्रमाण वयाच्या वर्षेपर्यंत कायम राहते. वयाच्या ३६ वर्षांनंतर 'ई' आणि 'सी' पर्यायातील गुंतवणुकीच्या हिशाचे प्रमाण दरवर्षी कमी कमी करत असतानाच 'जी' पर्यायातील हिस्सा वाढवण्यात येतो. वयाच्या ५५ व्या वर्षापर्यंत 'ई' आणि सी पर्यायातील हिस्सा प्रत्येकी १०% तर 'जी'पर्यायातील हिस्सा ८०% होईतो केले जाते.

योजनेचे निधी व्यवस्थापक म्हणून आठ संस्थांची नेमणूक सरकारने केली आहे. त्यात एल आय सी पेन्शन फंड, युटीआय रिटायरमेंट सोल्युशन्स, एस बी आय पेन्शन फंड्स, कोटक महिंद्र ॲसेट मॅनेजमेंट कंपनी, रिलायन्स कॅपिटल ॲसेट मॅनेजमेंट कंपनी, डी एस पी ब्लॅक रॉक पेन्शन फंड मॅनेजर्स प्रायव्हेट लिमिटेड आणि आय सी आय सी आय प्रुडेन्शियल लाईफ इन्शुरन्स कंपनी यांचा समावेश आहे. तर निवृत्तिपश्चात पेन्शन-वर्षासन (ॲन्युइटी) देण्यासाठी बजाज अलायंझ लाईफ इन्शुरन्स कंपनी लिमिटेड, एच डी एफ सी लाईफ इन्शुरन्स कंपनी लिमिटेड, आय सी आय सी आय प्रुडेन्शियल लाईफ इन्शुरन्स कंपनी लिमिटेड, लाईफ इन्शुरन्स कॉर्पोरेशन ऑफ इंडिया, रिलायन्स लाईफ इन्शुरन्स कंपनी लिमिटेड, एसबीआय लाईफ इन्शुरन्स कंपनी लिमिटेड आणि स्टार युनियन डाई-ईची लाईफ इन्शुरन्स कंपनी लिमिटेड या सात 'ॲन्युइटी सर्व्हिस प्रोव्हायडर्स' म्हणून नेमणूक केली आहे. राष्ट्रीय पेन्शन योजनेच्या सदस्याला त्याच्या संचयित निधीतून दरमहा नियमितपणे पेन्शन-वर्षासन देण्याची जबाबदारी

या सात कंपन्यांवर आहे.

या राष्ट्रीय पेन्शन योजनेच्या खात्यात नामांकनाची सुविधा आहे. टियर -१ खाते उघडण्यासाठी बँक खाते आवश्यक नसते. पण टियर -२ खाते उघडण्यासाठी बँक खाते अनिवार्य आहे.

या योजनेतील गुंतवणूक आयकर कलम ८० सी अन्वये करपात्र उत्पन्नातून वजावटीस पात्र ठरते. परंतु ही योजना 'ईईटी' (Exempt, Exempt &Tax) प्रकारातील असल्याने जमा केलेली रक्कम आणि त्यावरील लाभ करमुक्त ठरतो; पण मुदतपूर्ती समयी त्यावर करदायित्व येते. सरकारकडून जरी ही राष्ट्रीय पेन्शन योजना आणली असली तरीही नेमकी किती पेन्शन कोणत्या वार्षिक व्याज दराने प्राप्त होणार याची हमी दिलेली नाही. म्युच्युअल फंडांच्या पेन्शन फंडांप्रमाणे सहजपणे रक्कम काढता येत नाही. तसेच पेन्शन फंडांची मुदतपूर्ती करमुक्त ठरते. ज्यांना निवृत्तिपश्चात पेन्शनची सुविधा नाही, अशांनी राष्ट्रीय पेन्शन योजना (NPS) आणि किंवा म्युच्युअल फंडांचे पेन्शन फंड जवळ केलेच पाहिजेत. राष्ट्रीय पेन्शन योजनेत दरमहा ठराविक रक्कम विशिष्ट अवधीसाठी भरली असता अंदाजे उत्पन्न लक्षात येण्यासाठी पुढील तक्ता बघा.

पेन्शन निधीची अंदाजे ७% व्याजदराने वृद्धी झाल्यास मिळणारे पेन्शन उत्पन्न

मासिक वर्गणी (रु.)	गुंतवणूक अवधी			
	१० वर्षे	२० वर्षे	३० वर्षे	४० वर्षे
	दरमहा मिळणारे पेन्शन (रु.)			
५००	४२३	१,३१७	३,०७३	६,५२९
१०००	८४७	२,६३३	६,१४७	१३,०५९
२०००	१,६९४	५,२६६	१२,२९४	२६,११८

कंपनी ठेवी की कंपन्यांचे कर्जरोखे?

गृह वित्त साहाय्य कंपन्यांच्या (Housing Finance Companies) ठेवींपेक्षा बँकेतर वित्तीय कंपन्यांच्या (Nonbanking Finance Companies) ठेवींमध्ये गुंतवणूक करणाऱ्यांची संख्या बरीच मोठी आहे. अर्थात या कंपनी ठेवींवर जास्त दराने व्याज मिळत असल्याने गुळाला जसे मुंगळे चिकटतात तसे गुंतवणूकदार या कंपनी ठेवींकडे नेहमीच आकृष्ट होत असतात. सेवानिवृत्त गुंतवणूकदारांची पसंती अशा बँकेतर वित्तीय कंपन्यांच्या ठेवींकडे अधिक असते. अशा जोखीमयुक्त गुंतवणूक साधनात गुंतवणूक करताना नीट माहिती घेणे आवश्यक ठरते.

बँकेतर वित्तीय कंपन्यांचे दोन प्रकारचे वर्गीकरण भारतीय रिझर्व्ह बँकेने केले आहे. पहिल्या प्रकारात लोकांकडून ठेवी स्वीकारण्याची मुभा आहे. तर दुसऱ्या प्रकारात या ठेवी स्वीकारता येत नाहीत. या बँकेतर वित्तीय कंपन्यांमध्ये अर्थ साहाय्य करणाऱ्या, गुंतवणूक कंपन्या आणि उपकरणे किंवा मालमत्ता भाड्याने (Leasing) किंवा भाडे-खरेदी तत्त्वावर देणाऱ्या (Hire-Purchase) यांचा समावेश असतो. तसेच या कंपन्या भारतीय रिझर्व्ह बँकेकडे नोंदणीकृत असणे आणि त्यांच्याकडे लोकांकडून ठेवी स्वीकारण्याचा परवाना असणे बंधनकारक आहे, रिझर्व्ह बँकेकडे नोंदणीकृत आहे याचा अर्थ या बँकेतर वित्तीय कंपन्यांमध्ये असलेल्या ठेवींची हमी रिझर्व्ह बँकेने दिलेली नसते. लागवड कंपन्या, बहुस्तरीय विपणन कंपन्या (Multilevel Marketing Companies), निधी कंपन्या (Chit Funds) किंवा ज्या कंपन्या संचयित गुंतवणूक योजना (Collective Investment Schemes) चालवतात, अशा कंपन्यांवर नियंत्रण भारतीय रिझर्व्ह बँकेकडे नसून सेबीकडे आहे. नेमकी हीच माहिती गुंतवणूकदार समजून न घेता जास्त व्याज दराच्या आमिषाला बळी पडून स्वतःची गुंतवणूक धोक्यात घालतो.

या बँकेतर वित्तीय कंपन्यांमध्ये किमान बारा महिन्यांपासून ते साठ महिन्यांपर्यंत ठेवी ठेवता येतात. या ठेवींवर वार्षिक १२.५% दराहून अधिक व्याजदर कंपन्या देऊ शकत नाहीत. या कंपन्यांना क्रिसिल, इक्रा किंवा केअर सारख्या पतमापन संस्थांकडून पतमापन श्रेणी (Credit Rating) मिळवणे बंधनकारक आहे. उपकरणे किंवा मालमत्ता भाड्याने (Leasing) किंवा भाडे-खरेदी तत्त्वावर (Hire-Purchase) देणाऱ्या काही कंपन्यांना या पतमापनाच्या अर्निवातेतून वगळले आहे. याबाबतची आणि

कोणत्या कंपन्यांना लोकांकडून योग्य प्रकारे ठेवी स्वीकारता येणे शक्य आहे, त्या कंपन्यांची यादी रिझर्व्ह बँकेच्या www.rbi.org.in या संकेतस्थळावर माहिती दिलेली असते.

जर या कंपनीने ठेवी परत करण्यास किंवा व्याज देण्यास हयगय केल्यास गुंतवणूकदार कंपनी कायदा मंडळाच्या प्रादेशिक खंडपीठाकडे तक्रार करू शकतो. कंपनी कायदे मंडळाची प्रादेशिक कार्यालये चेन्नई, दिल्ली, कोलकाता आणि मुंबईत आहे.

कंपनी ठेवीप्रमाणेच कंपन्यांचे अपरिवर्तनीय कर्जरोखे (Nonconvertible Debentures) किंवा बॉन्डस (Bonds) अल्प तसेच प्रदीर्घ अवधीसाठी चांगले उत्पन्न दर देऊ करतात. केंद्र सरकारने २०१३-१४ या आर्थिक वर्षांत सार्वजनिक क्षेत्रातील तेरा कंपन्यांचे करमुक्त व्याज देणारे ४८ हजार कोटी रुपयांचे कर्जरोखे - बॉन्डस विक्रीस आणण्याचे ठरवले होते. प्रारंभी रूरल ईलेक्ट्रिफिकेशन कॉर्पोरेशन (REC) लिमिटेड या नवरत्न कंपन्यांपैकी एक असलेल्या सार्वजनिक क्षेत्रातील कंपनीचे १०, १५ आणि २० वर्षे मुदतीचे अनुक्रमे प्रतिवर्ष ८.२६%, ८.७१% आणि ८.६२% दराने दरवर्षी एकदाच व्याज देणारे कर्जरोखे आणले होते. त्यानंतर पॉवर फायनान्स कॉर्पोरेशन (PFC), इंडियन इन्फ्रास्ट्रक्चर फायनान्स कॉर्पोरेशन (IIFC), इंडियन रेल्वे फायनान्स कॉर्पोरेशन (IRFC), नॅशनल हायवे ऑथोरिटी, हुडको, नॅशनल हाऊसिंग बँक, नॅशनल थर्मल पॉवर कॉर्पोरेशन (NTPC) सारख्या १३ सार्वजनिक क्षेत्रातील कंपन्यांचे दीर्घ मुदतीचे कर्जरोखे आले होते. हे कर्जरोखे रोखेबाजारात नोंदले गेल्याने खरेदी तसेच गरजेच्या वेळी विकण्याची सुविधा उपलब्ध आहे. या कर्जरोख्यांच्या माध्यमात छोटे गुंतवणूकदार एका कंपनीत जास्तीत जास्त दहा लाख रुपयांची गुंतवणूक करू शकतात. 'प्रथम येईल त्यास प्रथम प्राधान्य' या तत्त्वावर या कर्जरोख्यांचे वाटप केले जाते. डीमॅट खाते नसलेल्या गुंतवणूकदारांसाठी 'केवायसी'ची पूर्तता करण्यासाठी आयकराच्या पॅन क्रमांकासह वास्तव्याचा दाखला सोबत जोडणे बंधनकारक आहे. प्रदीर्घ अवधीसाठी करमुक्त उत्पन्न देणारे हे कर्जरोख्यांचे साधन सेवानिवृत्तांसाठी आणि नजीकच्या काळात सेवानिवृत्त होणाऱ्यांसाठी निश्चितच उपयुक्त आहे. राष्ट्रीय शेअर बाजारातून रोखे बाजारात (Debt Market) उपरोक्त कर्जरोखे खरेदी करून दरवर्षी करमुक्त व्याज कमावण्याची संधी प्राप्त झाली आहे. अर्थात या रोखेबाजारात प्रसंगी दर्शनीमूल्यापेक्षा कमी मूल्यास हे रोखे खरेदी करणे गुंतवणूकदारास अधिक फायद्याचे असते.

रिटायरमेंट होमचा पर्याय

सेवानिवृत्तिपश्चात बरेच ज्येष्ठ नागरिक आपल्या मुलांना त्रास नको किंवा मुलांच्या करियरमध्ये आपलं लोढणं नको म्हणून स्वतःहून वेगळं राहण्याची सोय करतात. काहीवेळा या ज्येष्ठ नागरिकांची मुले परदेशात नोकरी-व्यवसायानिमित्त वास्तव्य करत असतात किंवा कायमस्वरूपी स्थलांतरित झालेली असतात. म्हातारपणातील अडीअडचणीला कोण धावणार? नातेवाईक तरी किती वेळा धावणार? त्यांनासुद्धा काहीतरी अडचणी असणारच. अशावेळी आपले हक्काचे माणूस किंवा ठिकाण असले तर...! भले त्यासाठी पैसे मोजायची तयारी आहे; पण अगदीच टिपिकल वृद्धाश्रम नको असतो, अशा सेवानिवृत्त ज्येष्ठ नागरिकांसाठी दोन प्रकारच्या राहणीमानाचे पर्याय आज उपलब्ध झाले आहेत. पहिल्या प्रकारात स्वतंत्र राहणी (Independent Living) आहे, ज्यात स्वतःची कामे स्वतः सहजपणे करणारे ज्येष्ठ नागरिक राहतात. तर दुसऱ्या प्रकारात सहाय्यभूत राहणी (Assisted Living) असते. या राहणीमानात जे ज्येष्ठ नागरिक परावलंबी आहेत किंवा ज्यांना नित्य कर्मे करण्यास कोणाचीतरी मदत लागते, असे ज्येष्ठ नागरिक असतात. आरोग्याच्या कायम तक्रारींमुळे आणीबाणीच्या प्रसंगी वैद्यकीय सुविधा त्वरित उपलब्ध करून देण्याची असणारी निकड ज्या ज्येष्ठ नागरिकांना असते, अशांसाठी हे साहाय्यभूत राहणीमान उपयुक्त ठरते.

स्वतंत्र आणि साहाय्यभूत राहणीमानाचे दोन्ही पर्याय असलेले अनेक प्रकल्प आज देशभरात उभे राहिले असून त्यात दरवर्षी भरच पडत आहे. वैद्यकीय सुविधा दिवसाचे २४ तास उपलब्ध करतानाच स्थानिक मोठ्या इस्पितळाशी संलग्न असतात. आपत्कालीन समयी डॉक्टरसहित रुग्णवाहिकेची सुविधा असतेच. बंगळुरू इथे टाटा हाऊसिंग डेवलपमेंट कंपनीने आपला प्रकल्प स्थानिक अपोलो हेल्थकेअर इस्पितळाशी करारान्वये निगडित केला आहे. पुण्यात सुद्धा परांजपे स्कीम्सने 'अथश्री' ही ज्येष्ठ नागरिकांसाठी निवृत्तिपश्चात घरांची निर्मिती केली आहे. अशा प्रकल्पांमध्ये घरे किंवा सदनिका घेताना सर्वसाधारणपणे वयाची मर्यादा असते. बहुसंख्य प्रकल्पांमध्ये सहभागी व्यक्तींचे वय किमान ५५ वर्षे असले पाहिजे अशी अट आहेच. साहाय्यभूत राहणीमानात वैद्यकीय सल्ल्यानुसार जेवणाखाण्याची सुविधा दिलेली असते. स्वतंत्र राहणीमानात स्वतःच्या इच्छेनुसार खाद्यपदार्थ मागवता येतात. प्रसंगी स्वतःही

आपल्या आवडीचे पदार्थ स्वत:च्या छोट्याशा स्वयंपाकघरात बनवू शकता. अगदीच कंटाळा आला तर 'मेस' मध्ये खाण्याची सुविधा असते. स्वतंत्र आणि साहाय्यभूत राहणीमानाचे दोन्ही पर्याय असलेल्या प्रकल्पात तुमच्या मुलांना-नातेवाइकांना येण्याची-राहण्याची मुभा असली तरीही त्यावर ठराविक दिवसांचे बंधन असते. स्वतंत्र राहणीमानात जास्तीत जास्त दोन महिन्यांपर्यंत मुलांचे-नातेवाईकांचे वास्तव्य सशुल्क मान्य केले जाते. साहाय्यभूत राहणीमानात जागेच्या उपलब्धतेनुसार कमाल १५ दिवसांपर्यंतच मुलांचे-नातेवाइकांचे वास्तव्य सशुल्क मान्य केले जाते.

स्वतंत्र राहणीमानात स्वत:च्या मालकीच्याच घरात किंवा सदनिकेत वास्तव्य असल्याने तुमच्या मृत्यूनंतर तुमच्या वारसांकडे त्याची मालकी जाते. पण त्या प्रकल्पाच्या करारातील ठरवलेल्या अटींनुसार ते वारस जर निर्देशित केलेल्या वयोमानात (उदाहरणार्थ, ५५ वर्षेहून अधिक) बसत असेल तरच ते या प्रकल्पात वास्तव्य करू शकतील किंवा ते घर किंवा सदनिका ज्येष्ठ नागरिकास विकू शकतील किंवा अन्य कोणाही ज्येष्ठ नागरिकास भाडेतत्त्वावर देऊ शकतात. सेवानिवृत्तीआधी किमान १० ते १५ वर्षांत जर अशा प्रकल्पात गुंतवणूक केल्यास माफक दरात ही आधुनिक रिटायरमेंट होम्स उपलब्ध होऊ शकतात. पण कालांतराने आपले निर्णय बदलले गेले तर मात्र ही घरे विकण्यासाठी महत्प्रयास करावे लागतात.ज्यांची मुले परदेशात आहेत किंवा मुलांशी पटत नसल्याने मुले सोबत नसतील किंवा अपत्यच नसेल अशांना एक आरामदायी सुविधा पैसे देऊन घेण्याची तयारी आहे, अशा ज्येष्ठ नागरिकांसाठी हा एक उत्तम पर्याय आहे. गरीब आणि मध्यमवर्गातील ज्येष्ठ नागरिकांसाठी वृद्धाश्रमाचा पर्याय असला तरीही त्यासाठी द्यावा लागणारा मासिक खर्च किती जणांना परवडू शकेल हा प्रश्नच आहे.

अंदाज अपना अपना

दहा वर्षांपूर्वी जेवढी रक्कम घरखर्चाला लागत होती त्यात आता अडीचपटीने वाढ झाली आहे. त्यानुसार पुढील दहा वर्षांनंतर ज्याप्रमाणात वाढ होणार आहे तेवढी वाढ आपल्या उत्पन्नात किंवा वेतनात होणार आहे का, या प्रश्नाचे उत्तर कोणीही देऊ शकणार नाही. आजची आर्थिक स्थिती, भरकटलेले राजकारण, बरबटलेले समाजकारण, आणि सरकारी धोरण यामुळे या प्रश्नाचे उत्तर कायम 'नाही'च येणार. पर्यायाने भविष्यात वाढत्या महागाईला तोंड देण्यासाठी सरकारकडे आपण जाऊ शकत नाही किंवा सरकार काही करील या भरवशावर राहू शकत नाही. आपला प्रश्न आपणच समजून घेऊन त्याचे योग्य उत्तर शोधले की किमान विद्यमान राहणीमान राखू शकल्याचा आनंद नक्कीच मोठा असेल. वयाच्या चाळिशी-पंचेचाळिशी पर्यंत जाणतेपणी किंवा अजाणतेपणी भविष्यातील या प्रश्नांचा ना विचार केला असेल ना नियोजन केले असेल तरीही वेळ गेलेली नाही. सार्वजनिक भविष्य निर्वाह निधी खाते (PPF A/c), शेअर्ससाठी डीमॅट आणि व्यवहाराचे खाते (Trading A/c), राष्ट्रीय पेन्शन फंड योजनेतील खाते आणि किंवा म्युच्युअल फंडांचा एखादा पेन्शन फंड या पाच साधनांच्या साहाय्याने पुढील आयुष्यात त्यातूनही निवृत्तिपश्चात अवधीत चार घास सुखाने खाऊन आनंदात राहता येईल. पुढील दोन उदाहरणांवरून नियोजनाची आवश्यकता का असते याचा अंदाज घेता येईल.

समजा एखाद्या ४२ वर्षीय व्यक्तीचे निव्वळ मासिक उत्पन्न ३०,०००/- रुपये आहे. पत्नी गृहिणी असून दोन मुले महाविद्यालयात शिकत आहेत. एक मुलगा अकरावी कॉमर्सला असून मोठी मुलगी इंजिनियरिंगच्या पहिल्या वर्षाला आहे. आतापर्यंत जी काही बचत केली होती ती मुलांच्या शिक्षणासाठीच खर्च झाली आहे. बँकेतील मुदत ठेवी आणि पोस्टाची रिकरिंग डिपॉझिट या माध्यमातूनच आजवर बचत करून गुंतवणूक केली होती. मुलीच्या इंजिनिअरिंगच्या शिक्षणासाठी अजून किमान तीन चार लाख खर्च होणार असतानाच मुलासाठी त्याचे कंपनी सेक्रेटरी होण्याचे स्वप्न साकार करण्यासाठी किमान दीड दोन लाख रुपयांची गरज वर्षभरानंतर लागणार आहे. हे सर्व भांडवली खर्च भागवण्यासाठी भविष्य निर्वाह निधीतून आणि कंपनीतील सोसायटीतून कर्ज घेण्याचा विचार झाला आहे. पण या कर्जाचा हफ्ता जेव्हा पगारातून जाईल तेव्हा सर्व खर्च वजा जाता जेमतेम १०००/- रुपये तरी शिल्लक राहतील का असा प्रश्न

आहे. अशा वेळी त्यातील किमान ५००/-रुपये दरमहा पेन्शन फंडात आणि राष्ट्रीय पेन्शन योजनेच्या खात्यात टाकणे आवश्यक आहे. उर्वरित बचतीपैकी निम्मी रक्कम चांगल्या कंपन्यांच्या शेयर्सच्या खरेदीसाठी साठवून ठेवून किमान ५००० रुपयांचा निधी जमला की त्या शेअर्सची खरेदी योग्य वेळ बघून म्हणजे जेव्हा शेअर बाजार घसरलेला असेल तेव्हा करावी. अशा प्रकारे किमान चार-पाच कंपन्यांच्या शेअर्सची खरेदी नियोजनपूर्वक प्रदीर्घ काळ करत राहावी. त्यातूनच सेवानिवृत्तिपश्चात अवधीसाठी चलनवाढीमुळे वाढणाऱ्या खर्चास तोंड देणे शक्य होऊ शकेल. शिल्लक निम्मी रक्कम सार्वजनिक भविष्य निर्वाह निधी खात्यात (PPF A/c) दरमहा पाच तारखेच्या आधी जमा करावी. अर्थात त्यामुळे त्या महिन्याचे व्याज त्या रकमेवर मिळते. जर शेअर्समधील गुंतवणूक करण्याची जोखीम नको वाटत असेल तर म्युच्युअल फंडांच्या किमान इक्विटी फंडांत दरमहा नियोजनबद्ध गुंतवणूक योजनेमार्फत (Systematic Investment Plan-SIP) जरूर गुंतवावी. आरोग्य विमा अजूनपर्यंत घेतला नसल्यास हीच योग्य वेळ आहे असे समजूनच त्यास प्राधान्य देणे गरजेचे ठरते.

जर एखादी साठ वर्षीय व्यक्ती नुकतीच सेवानिवृत्त झाली आहे. एका मुलीचे लग्न झाले आहे. दुसरी मुलगी पदवीच्या शेवटच्या वर्षाला शिकत आहे. वडील सेवानिवृत्त झाल्याने ती पुढील शिक्षण स्वत: नोकरी करून करणार आहे. किमान तीन-चार वर्षे तिचा लग्न करण्याचा विचार नसल्याने तिच्या लग्नासाठी वडिलांनी पाच लाख रुपयांची मुदत ठेव बँकेत ठेवली आहे. हे पाच लाख रुपये त्यांना मिळालेल्या वीस लाख रुपयांच्या निवृत्ती लाभातून ठेवले आहेत. डीमॅट खाते फक्त उघडून ठेवले आहे; पण त्यात एकही शेअर घेतलेला नाही की कर्जरोखा. शेअर बाजारात एक नया पैशाची गुंतवणूक न करताही पैसे बुडतातच असा त्यांनी ग्रह करून घेतल्याने ते डीमॅट खाते रिकामेच आहे. सार्वजनिक भविष्य निर्वाह निधी खाते असून त्यात तीन लाख रुपये शिल्लक आहेत. विद्यमान राहणीमानाचा मासिक खर्च सुमारे पंधरा हजार रुपये आहे. अडीअडचणीसाठी लागले तर म्हणून दीड लाख रुपयांच्या ठेवी घराजवळच्या बँकेत स्वतःच्या, पत्नीच्या आणि मुलीच्या नावे ठेवल्या आहेत. त्यातील एक लाख रुपयांवरील व्याजाची अंदाजे ६५० रुपयांची रक्कम पत्नीच्या खात्यात दर महिन्यास जमा होते. त्यांना मिळालेल्या वीस लाखांपैकी पंधरा लाख रुपये त्यांना अशा प्रकारे गुंतवायचे आहेत की महिन्याला पंधरा हजार रुपये आलेच पाहिजेत. पण कोणतीही बँक किंवा पोस्ट योजनेतून त्यांना या पंधरा लाखावर अशाप्रकारे दरमहा पंधरा हजार रुपये देऊ शकत नाहीत हे त्यांच्या लक्षात आले. शेवटी ते गुंतवणूक समुपदेशकाकडे हा प्रश्न घेऊन गेले. तेव्हा त्याने त्यांना महिन्याचा खर्च नीट लिहून तो कुठे कमी करता येईल ते बघण्यास सांगितले. महिनाभरासाठी ते पंधरा लाख रुपये चांगल्या म्युच्युअल फंडच्या लिक्विड फंड योजनेत गुंतवण्यास सांगितले. त्यामुळे या रकमेवर करमुक्त लाभांश दर आठवड्यास जमा होईल. महिनाभरानंतर त्या व्यक्तीस जाणवले की त्यांचा मासिक खर्च साडे अकरा-बारा हजार रुपयांपर्यंत कमी करता येतो आहे. त्यानंतर समुपदेशकाच्या सल्ल्याने दहा लाखाची रक्कम राष्ट्रीयीकृत बँकेत दहा वर्षांसाठी नऊ टक्के व्याज दराने दर तीन महिन्यांनी व्याज प्राप्त होईल अशा प्रकारे ज्येष्ठ नागरिक ठेव योजनेत गुंतवली. दोन लाखाची रक्कम 'एच.डी.एफ.सी लिमिटेड'च्या मुदत ठेवीत तीन वर्षांसाठी टाकली. ज्येष्ठ नागरिक असल्याने पाव टक्के अधिक व्याज दर मिळाला होता. तीन लाख

रुपयांचे चांगल्या कंपन्यांचे करमुक्त व्याजाचे कर्जरोखे (डिबेंचर्स) घेतल्याने दरवर्षी करमुक्त उत्पन्न अंदाजे ८.२५% दराने मिळणार आहे. वर्षातून एकदाच येणाऱ्या उत्पन्नाची अशा तऱ्हेने विभागणी करावी की त्यातून दरमहा रक्कम प्राप्त होऊ शकेल. या सर्व गुंतवणुकीतून अंदाजे १०,९००/- मासिक उत्पन्न तसेच पत्नीस दरमहा मिळणाऱ्या ६५०/- रुपयांसह मासिक खर्चाची तरतूद झाली. पण वाढत्या महागाईमुळे भविष्यात वाढणाऱ्या मासिक खर्चाला तोंड कसे देणार हा प्रश्न होता. अशा वेळी त्यांच्या सार्वजनिक भविष्य निर्वाह निधी खात्यातील शिल्लक रकमेतून वर्षातून एकदाच उपलब्ध होणारी रक्कम काढून अन्य एखाद्या मासिक उत्पन्न देणाऱ्या योजनेत गुंतवावी लागणार किंवा जेवढ्या रकमेची गरज लागेल त्याचा अंदाज घेऊन तेवढीच रक्कम या खात्यातून काढावी. पण जर त्यांनी चांगल्या कंपन्यांच्या शेअर्समध्ये गुंतवणूक केली असती तर भविष्यातील गरजेनुसार त्या शेअर्सची विक्री करून निधी प्राप्त करता आला असता.

निवृत्तिपश्चात भारतात स्थायिक होणाऱ्या अनिवासी भारतीयांसाठी

नोकरी-व्यवसायासाठी परदेशी कार्यरत असलेले बहुसंख्य भारतीय नागरिक निवृत्तीनंतर भारतात उर्वरित आयुष्य घालवण्याचे निश्चित करतात. त्यांचा निर्णय कितीही पक्का असला तरीही आर्थिक, मानसिक आणि कौटुंबिक स्थिरतेला असलेले प्राधान्य लक्षात घेऊनच असे निर्णय घ्यावे लागतात.

जर एखादी व्यक्ती एकटीच परदेशात नोकरी करत असेल आणि कुटुंब भारतात असेल तर विशेष प्रश्न उद्भवत नाहीत. कारण संपूर्ण कुटुंबच भारतात असल्याने फक्त आर्थिक नियोजन आणि रिकाम्या वेळेचा सदुपयोग हे दोनच घटक अशा व्यक्तींपुढे असतात. पण ज्यांचे अनेक वर्षांपासून कुटुंबासहित परदेशात वास्तव्य असेल तर मात्र त्यांची मानसिक आणि कौटुंबिक कुतरओढ होण्याची शक्यता अधिक असते. इतर कुटुंब सदस्य विशेषतः मुले लहानपणापासून परदेशात वाढल्याने तिथेच अधिक रुळलेली असतात. त्यांना भारताबद्दल किंवा इथल्या नातेवाइकांबद्दल तेवढी ओढ वाटत नसल्याने आस्थाही नसते. दोन देशांमधील, एवढेच नव्हे तर प्रसंगी दोन खंडांमधील राहणीमानाचा किंवा संस्कृतीचा असणारा फरक या अनिवासी भारतीयांच्या निवृत्तिपश्चात स्थलांतरास अडथळा बनू पाहतो. यासाठीच वर्षा-दोन वर्षांत भारतात येऊन निवृत्तिपश्चात काळात इथेच आपले आई वडील राहणार असल्याचा योग्य संदेश मुलांच्या मनावर ठसवायचा असतो. अर्थात आपल्या निवृत्तिपश्चात स्थलांतराच्या निर्णयामुळे आपल्या मुलांची शैक्षणिक आणि व्यावसायिक कारकीर्द अडचणीत येणार नाही ना, ते तटस्थपणे पाहणेही आवश्यक असते.

ज्यावेळी निवृत्तिपश्चात भारतात येण्याचे निश्चित केले जाते, त्यावेळी पाच मुद्दे आवर्जून अभ्यासले पाहिजेत. पहिला मुद्दा आहे भारतातील तुम्ही निश्चित केलेल्या ठिकाणाचे—शहराचे राहणीमान. त्या शहरातील जीवनशैली तुमच्या विद्यमान जीवनशैलीच्या आसपास असेल तरच अपेक्षित असलेले 'कम्फर्ट' अनुभवता येईल. प्रत्येक वीकएंड परदेशात आऊटिंग मध्ये घालवला होता. आता तशी सोय-सुविधा

या नव्या ठिकाणी उपलब्ध नसेल तर पर्याय तयार असावा. परदेशातील आरोग्य सुविधांशी येथील आपत्कालीन आरोग्यसेवा सुविधांशी तुलना न करता फक्त आपली नेमकी वैद्यकीय गरज भागते आहे का याची खातरजमा होणे आवश्यक ठरते. या सर्व राहणीमानाचा खर्च आणि येथील दरवर्षींची चलनवाढ याचा नेमका अंदाज घेऊन नियोजन करणे इष्ट ठरते.

दुसरा मुद्दा आहे परदेशी चलनाचा आणि करदायित्वाचा. परदेशात बँक खात्यातील परदेशी चलनातील जमा रक्कम म्हणजेच तुमची गंगाजळी कधी, केव्हा, कशी आणि किती आणायची याबाबत येथील चार्टर्ड अकाउंटंटशी सल्लामसलत करून सर्व कर कायद्यांची आणि कर सवलतींची नीट माहिती घेऊनच हे निर्णय घ्यावेत.

तिसरा मुद्दा आहे मालमत्तेचा. जर अनिवासी भारतीय सहकुटुंब भारतात परतणार असेल आणि पुन्हा त्या देशात कधीही जावे लगणार नसेल तर तेथील मालमत्तेची विक्री करणे कदाचित इष्ट ठरेल. मात्र, मुले तिथेच वास्तव्य करणार असतील किंवा भारतात सहा महिने-वर्षभर राहून इथे मन रमत नसेल तर चंबुगबाळे आवरून पुन्हा जाण्याचा पर्याय खुला असणे केव्हाही योग्य ठरेल. यासाठीच परदेशातील मालमत्ता विक्रीचा किंवा तसाच ठेवण्याचा निर्णय वर्षभराच्या अनुभवानंतर घेणे इष्ट ठरेल.

आर्थिक गुंतवणुकीचा चौथा मुद्दा आहे. भारतात कायमचे राहण्यास यायचे आधीच ठरलेले असेल तर घराचा प्रश्न बहुधा उभा राहत नाही. बहुसंख्य अनिवासी भारतीय फ्लॅट किंवा बंगल्यांमध्ये खूप पूर्वीपासून गुंतवणूक करून ठेवतात. तसेच शेअर्स-कर्जरोखे इत्यादीत गुंतवणूक करून भविष्यातील उत्पन्नाचा स्रोत निर्माण करून ठेवतात. भारतातील वास्तव्याचा म्हणजेच राहणीमानाचा खर्च, तसेच या खर्चाची तजवीज करण्यासाठी आवश्यक असणारा उत्पन्नाचा स्रोत कोणकोणत्या गुंतवणूक साधनांद्वारे उपलब्ध होणार आहे. या सर्व उत्पन्नावरील आयकर दायित्व किती असेल? त्या आयकराची बचत करण्यासाठी कोणती कर बचत साधने उपयुक्त ठरणार आहेत? या प्रश्नांची उत्तरे प्रथम शोधावी लागणार आहेत.

पाचव्या मुद्द्यात परदेशवाऱ्यांचे सातत्य आणि त्याचा खर्च यांचा समावेश आहे. जर आपली मुलेही भारतात परत आली तर पर्यटनाचा अपवाद वगळता परदेशवारीचा खर्च उद्भवत नाही; पण मुले परदेशात वास्त्यव्यास असली की मुलांकडे जाणे क्रमप्राप्त ठरते. जर मुलांनी जाण्यायेण्याचा खर्च केला तर हा मुद्दा येत नाही; पण मुले शिकत असतील आणि त्यांना इथे आपल्या पालकांना भेटायला यायचं असेल किंवा पालकांना मुलांना भेटायला परदेशात जायचं असेल तर मात्र खर्चाची तजवीज करण्याशिवाय दुसरा पर्याय नाही.

या उपरोक्त पाच मुद्द्यांचा शांतपणे विचार करून कुटुंबातील प्रत्येक सदस्याशी चर्चा करून योग्य निर्णय घेता येतो. प्रत्यक्ष स्थलांतर करण्यापूर्वी किमान दोन-तीन वर्षे आधीपासून यांचा विचार होणे आवश्यक ठरते.

नामांकन की मृत्युपत्र?

आपण सेवानिवृत्त होईपर्यंत सर्व ठिकाणी आपले नामांकन (Nomination) केले आहे असेच बऱ्याच वेळा समजून असतो किंवा 'करू नंतर' असे म्हणून विसरूनही जातो. अनेक वर्षांपूर्वी केलेले नामांकन नेमके कोणाच्या नावे आहे, याची खातरजमा करणे आपले कर्तव्य ठरते, हेच मुळी आपण विसरून जातो. कालपरत्वे आपले अघटित घडले की वारसदारांना होणारा शारीरिक आणि मानसिक त्रास बघायला आपण नसतो. त्यातून वारसांमध्ये एकी नसेल तर 'आधीच उल्हास त्यात फाल्गुन मास' व्हायला वेळ लागत नाही. आपण एवढी गुंतवणूक करून स्थावर - जंगम मालमत्ता उभारतो. पण आपल्याच एका चुकीमुळे किंवा वेंधळेपणामुळे किंवा अतिआत्मविश्वासामुळे या गुंतवणुकीला किंवा स्थावर मालमत्तेला योग्य प्रकारे नामांकन केले नसल्याने किंवा इच्छापत्र (मृत्युपत्र) केलेले नसल्याने आपल्या कुटुंबात वाद निर्माण होऊन कोर्टकज्जे करण्यापर्यंत वेळ येते. अशी वेळ आपल्या वारसदारांवर कधीच येऊ नये असे वाटत असेल तर नामांकनाचे नियम आणि इच्छापत्राची (मृत्युपत्र) गरज समजून घेणे, आवश्यक ठरते.

नामांकन असलेली व्यक्ती (Nominee) फक्त त्या गुंतवणुकीपुरती किंवा मालमत्तेसाठी विश्वस्त (Trustee) असते. कायद्याने ही व्यक्ती त्या गुंतवणुकीची किंवा मालमत्तेची मालक नसते. त्यामुळे या विश्वस्त व्यक्तीने त्या मृत व्यक्तीच्या कायदेशीर वारसांकडे ती मालमत्ता किंवा गुंतवणूक हस्तांतरित करणे कायद्यानेच बंधनकारक ठरते. मृत्युपत्र नसेल आणि मुले सज्ञान (Major) असतील तर स्थावर संपत्तीसह बँक-पोस्ट ठेवी गुंतवणुकीत बायको आणि मुलांचा समप्रमाणात हक्क असतो.

विमा पॉलिसीत सुद्धा नामांकन केलेल्या व्यक्तीला विश्वस्त मानले जाते. अर्थात विमा कायद्याच्या कलम ३९ अन्वये विमा उतरवण्यायोग्य हिताच्या तत्त्वात (Principle of Insurable Interest) बसत असणाऱ्या व्यक्तींचेच नामांकन केले जाते. कुटुंब सदस्याव्यतिरिक्त विमा पॉलिसीवर अन्य व्यक्तीचे नामांकन करायचे असेल तर त्यामागे 'इन्शुरेबल इंटरेस्ट' सिद्ध करावा लागतो. सार्वजनिक भविष्य निर्वाह निधी (पीपीएफ) खात्यांवर जर नामांकन केलेले नसेल तर त्या खात्यात कितीही लाख किंवा कोटी रुपये असले तरीही कायदेशीर वारसांना अधिकतम फक्त एक लाख रुपयेच मिळू शकतात. यात आपल्या

वारसदारांचे मोठे नुकसान होऊ शकते. म्हणूनच पीपीएफ खात्याला एकापेक्षा अधिक व्यक्तींचे नामांकन त्यांच्या हिश्शाप्रमाणे करून ठेवावे. शेअर्स-कर्जरोखे-बॉण्ड्स् हे डीमॅट खात्यात असतील आणि त्या खात्यावर ज्या व्यक्तीचे नामांकन असेल तीच व्यक्ती त्या खात्यातील सर्व शेअर्स-कर्जरोखे-बॉण्ड्स् यांची मालक ठरते. सर्व प्रकारच्या नामांकनाला 'मृत्युपत्र' (Will) हेच योग्य साधन ठरते.

'मृत्युपत्र' (Will) बनवण्यासाठी सेवानिवृत्त असण्याचीच गरज नाही. आपल्यापश्चात स्वकष्टार्जित संपत्तीची वाटणी कोणाला, कशी आणि किती करायची हे आपण कधीही आणि कोणत्याही वयात ठरवू शकतो. कायदेशीर स्वरूपात; पण सुबोध, सहजसोप्या भाषेत केलेली लिखित इच्छा म्हणजेच इच्छापत्र. यालाच 'मृत्युपत्र' असेही म्हणतात. हे इच्छापत्र बनवण्यासाठी वकिलांची गरज असतेच असे नाही. हे इच्छापत्र लेजर पेपर (हिरव्या रंगाचा जाडसर कागद) वर करावे, कारण या कागदाचे आयुष्य चांगले असते. एकदा बनवलेले इच्छापत्र आपण कितीही वेळा बदलू शकतो. फक्त प्रत्येक नवीन इच्छापत्रात आधी केलेले इच्छापत्र रद्द केल्याचा स्पष्ट उल्लेख असावा. ''हे माझे शेवटचे इच्छापत्र असून या इच्छापत्राद्वारे मी यापूर्वी केलेली सर्व इच्छापत्रे आणि पुष्टीपत्रे (कोडीसील्स) रद्द ठरवीत आहे.'' हे वाक्य लिहूनच सर्व तरतुदी नमूद कराव्यात.

अठरा वर्षांवरील कोणीही व्यक्ती, जी मानसिकदृष्ट्या संतुलित आहे, अशीच व्यक्ती इच्छापत्र बनवू शकते. या इच्छापत्रावर किमान दोन साक्षीदारांच्या सह्या त्यांच्या नाव-पत्त्यांसह असणे आवश्यक आहे. या साक्षीदारांत आपला फॅमिली डॉक्टर असल्यास योग्य ठरते. किमान एक साक्षीदार तरुण, आपल्याला परिचित आणि विश्वासातील असावा. मूक-बधिर तसेच अपंग व्यक्तीही इच्छापत्र बनवू शकतात. अंध व्यक्ती ब्रेल लिपीत इच्छापत्र बनवू शकते. ते सुद्धा दोन साक्षीदारांकडून साक्षांकित केलेले असेल तरच वैध ठरते. इच्छापत्राची अंमलबजावणी आपल्याला पश्चात होणार असल्याने त्याचे व्यवस्थापक (Executor) म्हणून आपल्यापेक्षा वयाने तरुण, विश्वासू आणि विवेकी व्यक्ती नेमावी. हीच व्यक्ती इच्छापत्राची लाभार्थी असली तरीही चालेल. इच्छापत्र नोंदणीकृत असेल तर शक्यतो वाद होत नाहीत. त्यामुळे इच्छापत्र करणाऱ्या व्यक्तीने इच्छापत्र नोंदणीकृत करणे योग्य ठरते. वारसाहक्काने हस्तांस्तरित होणाऱ्या संपत्तीवर 'इस्टेट ड्यूटी' द्यावी लागत नाही. तसेच हस्तांतरणाचे 'मुद्रांक शुल्क'ही द्यावे लागत नाही. इच्छापत्राची अंमलबजावणी त्या व्यक्तीच्या पश्चात होणार असल्याने इच्छापत्राच्या लाभार्थींनी न्यायालयातून 'प्रोबेट' म्हणजे इच्छापत्राच्या सत्यतेचा दाखला घेणे बंधनकारक आहे.

इच्छापत्राच्या नमुना प्रती बऱ्याच सेवाभावी सामाजिक संस्थांनी देऊ केल्या आहेत. मुंबई ग्राहक पंचायतीने इंग्रजी आणि मराठी भाषेतील इच्छापत्राच्या नमुना पुस्तिका अवघ्या पाच रुपयांस विक्रीस ठेवल्या आहेत.

संपर्कासाठी दूरध्वनी क्रमांक पुढीलप्रमाणे :
मुंबई ग्राहक पंचायत : (०२२) २६२८१८३२/२६२८८६२४.

वारसाहक्क नियोजन
Succession Planning

वारसाहक्क नियोजनामध्ये दोन प्रकारच्या व्यक्तींचा संच अंतर्भूत असतो संपत्तीचा निर्माता किंवा मालक आणि त्या संपत्तीचा स्वीकार कर्ता. संपत्ती निर्मात्याचा किंवा मालकाचा स्पष्ट हेतू आणि तत्त्वज्ञान, हेच वारसाहक्क नियोजनाच्या पायाचे महत्त्वाचे घटक असतात. वारसाहक्क नियोजन ही एका रात्रीत करता येणारी बाब नसून पूर्ण विचारान्ती आणि योग्य कागदपत्रांद्वारे योग्य कृतीतून करण्याची प्रक्रिया आहे. जितकी संपत्ती अधिक आणि वैविध्यपूर्ण असेल तेवढा वारसाहक्क अधिक जटील आणि गुंतागुंतीचा असतो. म्हणून या क्षेत्रातील व्यावसायिक सल्लागारांच्या, अनुभवी वकील आणि किंवा सनदी लेखापाल (चार्टर्ड अकौटंट) याच्या सहाय्याने ही प्रक्रिया राबवणे योग्य ठरते.

सर्वांत महत्त्वाचे असते वारसांशी अत्यंत मोकळेपणाने आणि खुला संवाद साधून त्यांची मते जाणून घेऊन, नात्यांमधील विद्यमान किंवा संभाव्य तेढ लक्षात घेऊन कुटुंबप्रमुख या नात्याने संतुलित निर्णयाकडे जाणे. दोन पिढ्यांतील अंतर पुसता आले नाही, तरीही किमान नाती तुटणार नाहीत याची खबरदारी घेणे आवश्यक ठरते. निष्पक्षपणे विचार करण्याची आणि त्यानुसार कृती करण्याची वेळ याचवेळी अनुभवण्यास येते. वारसाहक्क नियोजनचे प्राथमिक उद्दिष्ट म्हणजे कुटुंबात शांती, समाधान आणि एकात्मकता राखणे.

वारसाहक्क नियोजनासाठी निश्चित असे सूत्र नाही पण व्यक्तीगणिक किंवा कुटुंबागणिक ते ठरवले जात असते. वारसाहक्क नियोजनात मध्यस्थ म्हणून नेमक्या व्यक्तीची निवड करणे अत्यंत महत्वाचे ठरते. हा मध्यस्थ वकील आणि किंवा सनदी लेखापाल असल्यास उत्तम. वारसाहक्क नियोजनाचे कायदेशीर तांत्रिक ज्ञान आणि करविषयक असलेली नेमकी जाण इथे आवश्यक ठरते. मध्यस्थाने कुटुंबातील व्यक्तीचे समज-गैरसमज लक्षात घेऊन, वादावादी टाळून वारसाहक्क नियोजन अमलात आणण्याचा दृष्टीने महत्वाची भूमिका बजावणे अपेक्षित आहे.

आपले वारस नेमके कोण हे वेळीच ओळखून, नजीकच्या भविष्यात होणारी लग्ने, घटस्फोट, मृत्यू, पुनर्विवाह या घटना आणि प्रसंगांचा विचार होऊन त्यानुसार बदलणारी नाती आणि नातेसंबंध लक्षात घेऊन नेमका वारसदार निश्चित केला पाहिजे. लिव्ह-इन मध्ये असलेले संबंध, आधीच्या विवाहापासून असलेले अपत्य, परित्यक्ता इत्यादी बाबींमुळे नेमका वारसदार निश्चित करणे आवश्यक ठरते. एकीकडे वारसांची गणती आणि जपणूक निश्चित करतानाच दुसरीकडे आपल्या संपत्तीच्या / स्थावर जंगम मालमत्तेच्या / उद्योगधंदा - व्यवसायाच्या घटकांची यादी करणे क्रमपात्र असते. सर्व प्रकारच्या स्थावर जंगम मालमत्तांचे, संपत्तीचे आणि उद्योग-व्यवसायाचे विद्यमान मूल्यांकन करून घेणे आवश्यक ठरते. एकीकडे वारसदारांची प्रत्येकी हिश्श्याची टक्केवारी निश्चित करताना उद्योग व्यवसायातील हिश्श्याबरोबरच अनुभव आणि जबाबदारी सांभाळण्याची पात्रता लक्षात घेऊन ती ती पदे कोणी स्वीकारावीत याचेही स्पष्ट मार्गदर्शन आवश्यक ठरते. (अर्थात असलेली शैक्षणिक पात्रता आणि अनुभव लक्षात घेऊनच पदभाराचे निर्णय सहमतीने घेता आले तर सोन्याहून पिवळे.)त्यासाठी आवश्यक कोणत्या मालमत्ता / संपत्ती भेट द्यायची, कोणत्या मालमत्ता/संपदा विकायच्या, कोणत्या मालमत्तेचे / कंपन्याचे विलीनीकरण / वेगळे करायचे, कोणत्या मालमत्तेसाठी कौटुंबिक व्यवस्था निर्माण करायची, कोणत्या मालमत्तेसाठी किंवा एकूणच संपत्तीसाठी ट्रस्ट स्थापन करायचा, हा ट्रस्ट खासगी स्वरूपाचा ठेवायचा की सार्वजनिक करायचा इत्यादी सर्व प्रश्नांची किंवा शंकांची जोपर्यंत कायदेशीरदृष्ट्या योग्य आणि समाधानकारक उत्तरे मिळत नाहीत तोपर्यंत घिसाडघाईने वारसाहक्काचे नियोजन अजिबात करू नये.

उत्तराधिकार प्रमाणपत्राची गरज कधी आणि केव्हा?

बरेच जण वारसांचे नामांकन न करून किंवा मृत्युपत्र न करून स्वतःच्या आडमुठ्या धोरणापायी बऱ्याच चुका करीत असतात. नामांकन ज्या व्यक्तीचे केलेले असते ती व्यक्ती जर या व्यक्तीच्या आधी मरण पावली तर दुसऱ्या कुटुंब सदस्याचे नामांकन करणे टाळले तरी जाते किंवा सोईस्कर विसरले तरी जाते. मृत्युपत्र केले तरी त्याचे स्वरूप कायदेशीर न ठेवता मनाला येईल ते आणि तसेच शब्दांकन केलेले कागदी पत्र साक्षीदारांच्या सह्याशिवाय ठेवणे. नामांकनाबाबत किंवा मृत्युपत्राबाबत घरातील कोणत्याही सदस्यास विश्वासात न घेता बँक पासबुके आणि अन्य गुंतवणुकीची किंवा मालमत्तेची कागदपत्रे लपवून ठेवणे. महत्त्वाच्या व्यवहारांच्या पावत्या नीट जपून न ठेवता किंवा मुदत ठेवींच्या पावत्या फाईल न करून निष्काळजीपणाची हद्द गाठत असतात. या आणि अशा अनेक चुकांसाठी वारसांना अखेर ही सर्व संपदा प्राप्त करण्यासाठी उत्तराधिकार प्रमाणपत्र (Succession Certificate) न्यायालयाकडून मिळवण्याशिवाय पर्याय नसतो.

घरातील व्यक्तीचा मृत्यू झाल्यावर कोणत्याही दाव्यासाठी सर्वांत पहिले आणि महत्त्वाचे प्रमाणपत्र आवश्यक असते ते म्हणजे मृत्यू प्रमाणपत्र (Death Certificate). जन्म आणि मृत्यू नोंदणी कायदा १९६९ अन्वये मृत्युच्या दिनांकापासून २१ दिवसांच्या आत शहरी भागात महानगर पालिकेकडे तर ग्रामीण भागात ग्रामपंचायतीकडे त्या व्यक्तीच्या मृत्यूची नोंदणी होणे बंधनकारक आहे. हे मृत्यू प्रमाणपत्र बँका-पोस्ट तसेच इलेक्ट्रिक मीटर, स्वयंपाकाचे गॅस कनेक्शन, टेलिफोन, गृहनिर्माण संस्था इतर गुंतवणुकीची माध्यमे यासाठी अनिवार्य ठरते. मृत्यू नोंदणी करताना त्या व्यक्तीचे संपूर्ण नाव इंग्रजीतील स्पेलिंगसह तपासून बघावे. तसेच मृत्यू प्रमाणपत्रात नावात चूक आढळल्यास त्वरित दुरुस्त करून घ्यावी.

जर मृत्युपत्र केले असेल तर त्याची अंमलबजावणी करण्यासाठी त्या मृत्युपत्राचे प्रोबेट म्हणजे न्यायालयाने दिलेला सत्यतेचा दाखला मिळवणे, त्या मृत्युपत्रांच्या लाभार्थींना कायद्याने बंधनकारक आहे. विशेषतः जर हे मृत्युपत्र नोंदलेले नसेल तर वारसांमध्ये वाद निर्माण होऊन त्या मृत्युपत्राच्या

खरेपणाबद्दल संशय घेऊन न्यायालयात आव्हान दिले जाते. हे खटले वर्षानुवर्षे न्यायालयात खितपत पडलेले असतात. हा मनस्ताप आणि खटल्यांचा खर्च आपल्या कायदेशीर वारसदारांना होऊ नये असे वाटत असेल तर आपले मृत्युपत्र नोंदवून ठेवणे इष्ट.

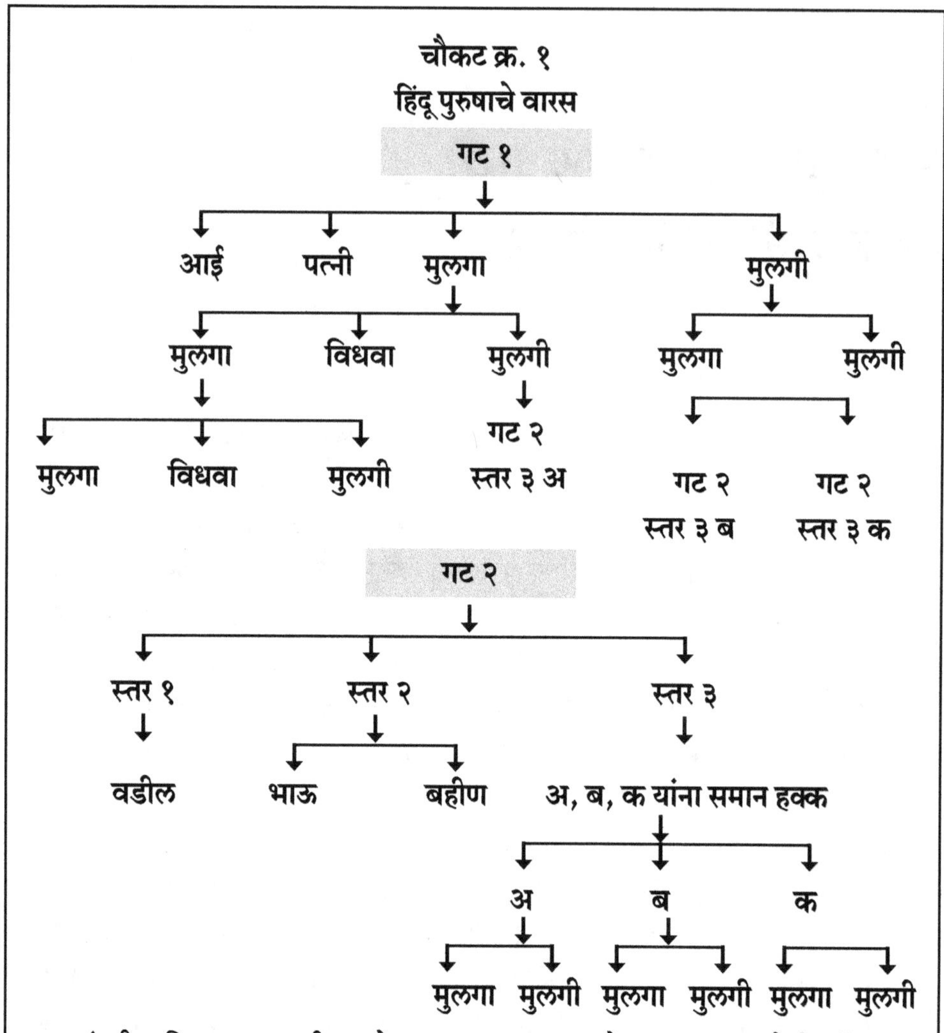

संपत्तीचा हिस्सा गट १ मधील प्रत्येकाला समान वाटला जातो. जर या गटात कोणी अस्तित्वात नसेल तर तो गट २ कडे दिला जातो.

संपत्तीचा हिस्सा संपूर्णपणे स्तर १ मध्ये समान वाटला जातो. जर स्तर १ मध्ये कोणीही हयात नसेल तर स्तर २ मधील व्यक्तींमध्ये समान वाटला जातो. जर स्तर २ मध्येही कोणी हयात नसेल तर स्तर ३ मध्ये वाटला जातो.

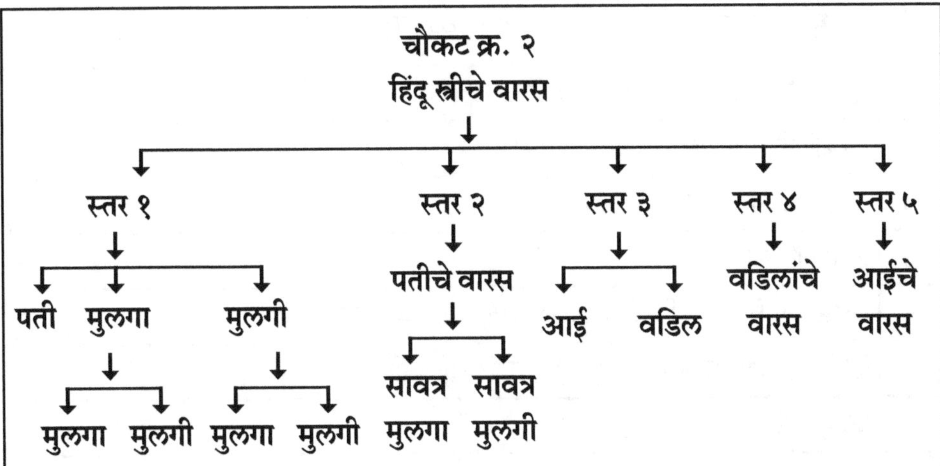

मुलगा किंवा मुलगी नसेल तर वडिलांच्या संपत्तीचा हक्क त्यांच्या वारसांना दिला जाईल आणि पतीच्या संपत्तीचा हक्क पतीच्या वारसांना दिला जातो.

जर स्तर १ मधील कोणीही हयात नसेल तर संपत्तीचे हक्क स्तर २ मध्ये किंवा स्तर २ मधील कोणीही नसेल तर स्तर ३ मधील व्यक्तींमध्ये हक्क विभागले जातात.

जेव्हा नामांकन किंवा मृत्युपत्र केलेले नसते तेव्हा मृत व्यक्तींच्या चल संपत्तीच्या (Moveable Assets) आणि गुंतवणुकीच्या दाव्यांसाठी वारसांपुढे फक्त एकच पर्याय असतो. तो पर्याय म्हणजे उत्तराधिकार प्रमाणपत्र (Succession Certificate) न्यायालयाकडून प्राप्त करणे. तर अचल संपत्तीच्या (Immoveable Assets) दाव्यांसाठी वारसांपुढे न्यायालयाच्या प्रशासकीय पत्राचा (Letter of Administration) पर्याय असतो.

हिंदू उत्तराधिकार कायद्यानुसार सर्व सख्ख्या नातेवाइकांची दोन गटांत वर्गवारी केली आहे. हिंदू उत्तराधिकार कायद्यानुसार हिंदू पुरुष व्यक्तीचे वारस आणि हिंदू स्त्री व्यक्तीचे वारस यांची वर्गवारी वेगवेगळी असल्याने तज्ज्ञ वकिलाकडून ती प्रथम समजून घ्यावी. (चौकट क्र. १ व २ पाहा) हिंदू उत्तराधिकार कायद्यानुसार मृत व्यक्तीची विधवा आणि तिची सज्ञान मुले यांचात सम प्रमाणात वाटणी होते. एवढेच नव्हे तर एखादी गर्भवती कायदेशीर वारस असताना तिच्या पोटातील अर्भकसुद्धा कायदेशीर वारस ठरत असते. त्या अर्भकाचा वेगळा हिस्सा देय ठरत असतो. जर उत्तराधिकाराच्या तारखेस मृत व्यक्तीच्या विधवा पत्नीने पुनर्विवाह केल्याचे आढळले तर त्या विधवेचा उत्तराधिकार रद्दबातल ठरतो. उत्तराधिकारित वारसाने जर त्या व्यक्तीचा खून केला असेल तर तो वारस उत्तराधिकारातून बादच ठरतो. जर एखाद्या स्त्रीला तिच्या आई किंवा वडिलांकडून संपत्ती मिळाली असेल आणि त्या स्त्रीला संतती नसेल तर तिच्या पश्चात तिच्या नवऱ्याच्या नातेवाइकांना उत्तराधिकार न मिळता तिच्या वडिलांच्या अन्य वारसांकडे तो उत्तराधिकार जातो जर एखाद्या स्त्रीला पतीकडून संपत्ती मिळाली असेल आणि त्या स्त्रीला संतती नसेल तर मात्र तिच्या पश्चात तिच्या नवऱ्याच्या नातेवाइकांना उत्तराधिकार जातो.

मृत व्यक्तीच्या मालमत्तेच्या दाव्यासाठी लागणारी कागदपत्रे

१	मृत्यूचे प्रमाणपत्र : अ) डॉक्टर ब) नगरपालिका
२	अंत्यविधीचे प्रमाणपत्र
३	विवाह नोंदणी प्रमाणपत्र
४	विमा पॉलिसी
५	स्वास्थ्य / वैद्यकीय विमा : अ) नोकरीतील ब) व्यक्तिगत
६	वैयक्तिक अपघात विमा : अ) नोकरीतील ब) व्यक्तिगत
७	आग, चोरी, घरफोडी विमा
८	गृह तारण विमा
९	समूह विमा पॉलिसी
१०	बँक पासबुक/स्लिप-चेक्सबुक
११	पोस्ट ऑफिस बचत खाते
१२	आर. डी पासबुक
१३	बँक/कंपनी मुदतठेवी
१४	मृत्युसमयी समभाग, कर्जरोखे, म्युच्युअल फंड युनिट्स यांचे बाजारमूल्य
१५	घर/जमीन/इतर
१६	भाडे करारपत्र/मालकाशी पत्र व्यवहार
१७	मृत्युपत्र
१८	राष्ट्रीय बचत प्रमाण पत्र
१९	आयकर विवरण पत्र
२०	संपत्ती कर विवरण
२१	वाहन नोंदणी/विमा/पालिका/नोंदणी पुस्तक
२२	बँक लॉकर क्रमांक
२३	बक्षीस करार
२४	कर्ज, गृहतारण कर्ज
२५	व्यावसायिक भागीदारी करार
२६	नोकरवर्गाचे वेतन पत्र/भविष्यनिर्वाह निधी ग्रॅच्युईटी

मृत्युपश्चात येणे (Receivable on Death)

अ. क्र.	प्रकार	नफ्यासह/व नफ्याशिवाय	नैसर्गिक मृत्यू दावा रक्कम	अपघाती मृत्यू दावा रक्कम	नामनिर्देशित व्यक्ती
१	विमा पॉलिसी				
२	युलिप पॉलिसी				
३	सामूहिक विमा				
४	वैयक्तिक अपघात विमा				
५	पी.एफ/पी.पी.एफ.				
६	ग्रॅच्युइटी				
७	निवृत्तीवेतन				
८	अन्य मृत्यू दावे				

मृत व्यक्तीची सर्व स्थावरजंगम आणि गुंतवणूक यांची खातरजमा करून त्यांची यादी बनवावी. उत्तराधिकार प्रमाणपत्र आणि प्रशासकीय पत्र एकदाच दिले जात असल्याने एकाच वेळी सर्व कायदेशीर वारसांनी स्थावरजंगम आणि गुंतवणुकीवर हक्क प्रस्थापित करावेत. हे उत्तराधिकार प्रमाणपत्र मिळण्यासाठी न्यायालयीन शुल्कही (कोर्ट फी) मोठ्या प्रमाणात (अधिकतम मर्यादा ७५०००/- रुपये.) न्यायालयात भरावे लागते. त्यानंतर न्यायालय वर्तमानपत्रात जाहिरात देऊन हे उत्तराधिकार प्रमाणपत्र मिळण्यास कोणाचा आक्षेप असेल तर निर्देशित अवधीत सूचना मागवते. जर आक्षेप आले नाहीत आणि वारसांमध्ये आपापसात वाद जराही नसतील तर उत्तराधिकार प्रमाणपत्र आणि प्रशासकीय पत्र मिळण्याची प्रक्रिया सुलभ होते.

आपल्या मृत्यूनंतर आपल्या कायदेशीर वारसांमध्ये कोणतेही तंटेबखेडे उभे राहू नयेत असे वाटत असेल आणि उत्तराधिकार प्रमाणपत्र (Succession Certificate) न्यायालयाकडून प्राप्त करण्याची खर्चिक आणि वेळखाऊ प्रक्रिया टाळायची असेल तर नामांकनाबरोबरच मृत्युपत्र करून त्याची नोंदणी करणे केव्हाही हिताचेच ठरते.

रिव्हर्स मॉर्गेज् (उलट तारण)

काही ज्येष्ठ नागरिकांची मुले परदेशात स्थायिक झाल्याने किंवा मुलांशी पटत नसल्याने ते स्वतःच्या मालकीच्या जागेत स्वतंत्र राहतात. अशांपैकी काही जणांना आर्थिक तंगी जाणवते. मुलांकडून अर्थसाहाय्य घेणे मनाला पटत नाही. अशा वेळी जर आपली मालकीची जागा वित्तसंस्थांकडे किंवा ओळखीच्या वा नात्यातील श्रीमंत व्यक्तीकडे 'उलट तारण' (रिव्हर्स मॉर्गेज) ठेवून दरमहा ठराविक उत्पन्न मिळवता येणे शक्य आहे. तुम्हा दोघांच्या पश्चात त्या जागेच्या विक्रीतून ती संस्था किंवा व्यक्ती त्यांची गुंतवणूक (जी तुम्हाला दरमहा किंवा दरवर्षी दिलेली आहे ती रक्कम करारात नोंदलेल्या व्याजदरासह) वळती करून घेऊन उर्वरित रक्कम तुमच्या वारसाला दिली जाईल. हे गहाणखताचे व्यवहार कायदेशीर असल्याने तुमची मुले हा व्यवहार करण्यासाठी आक्षेप घेणार नाहीत. जर आक्षेप घेत असतील तर मुलांकडूनच आपली आर्थिक गरज भागवण्याची हमी मिळवावी.

कर्जदार व्यक्तीच्या निधनानंतर त्यांच्या कायदेशीर वारसाला, आई/वडिलांनी घेतलेल्या कर्जाची परतफेड करून, गहाणखत रद्द करून ते घर स्वतःच्या नावे करून घेता येईल. कर्जदाराला वारसदार नसल्यास अथवा वारसदार कर्जफेडीसाठी पुढे न आल्यास गृहवित्त कंपनी सदर कर्जाची रक्कम वसूल करून घेईल; अर्थात ते घर विकूनच!

रिव्हर्स मॉर्गेजसाठी ज्या भारतीय नागरिकांचे वय साठ वर्षाहून अधिक आहे त्या ज्येष्ठ नागरिकाला अर्ज करता येईल. ज्यावेळी पती-पत्नी संयुक्तपणे अर्ज करतील त्यावेळी त्या दोघांपैकी एकाचे वय साठ वर्षाहून अधिक असले पाहिजे. संपूर्णपणे स्वतःच्या मालकीची ही वास्तू असणे आवश्यक असून त्या वास्तूत वास्तव्य असले पाहिजे. या वास्तूवर अन्य कोणाचाही दावा किंवा हक्क असता कामा नये. या वास्तूचे अपेक्षित आयुष्य किमान २० वर्षेअसणे आवश्यक आहे.

कर्जाची रक्कम निवासी घराच्या बाजारमूल्यावर आधारित असून पुढे दिलेल्या तक्त्यात कर्जदारांच्या वयानुसार घराच्या निर्धारित मूल्याच्या किती प्रमाणात कर्जाचे प्रमाण निश्चित केले जाते ते दर्शवले आहे.

वय वर्षे	घराच्या निर्धारित मूल्याच्या किती प्रमाणात कर्जाची रक्कम
६० ते ६५	४०%
६६ ते ७०	५०%
७१ते ७५	५५%
७५ हून अधिक	६३%

पाच वर्षांतून किमान एकदा तरी तारण ठेवलेल्या या घराचे पुनर्मूल्यांकन कर्ज दिलेल्या वित्तीय कंपनी किंवा बँकेने केले पाहिजे. या पुनर्मूल्यांकीत किमतीच्या आधारे कर्ज रचनेत आवश्यक ते फेरफार वित्तसंस्था व बँकांनी केले पाहिजेत. असे दंडक राष्ट्रीय आवास बँकेने घालून दिले आहेत.

उलट तारण (रिव्हर्स मॉर्गेज) केल्यावर कर्जदार दरमहा, दर तिमाहीस, दर सहामाहीस, दरवर्षी किंवा एक रकमी रक्कम उचलू शकतो.

या कर्जाची अधिकतम मुदत पंधरा वर्षे आहे. या कर्जाची रक्कम घराच्या नूतनीकरणासाठी, विस्तारासाठी स्वतःच्या किंवा कुटुंबाच्या उदरनिर्वाहासाठी गृहकर्जाच्या परतफेडीसाठी किंवा स्वतःच्या किंवा कुटुंब सदस्याच्या वैद्यकीय उपचार खर्चासाठीच वापरण्याची मुभा आहे.

या कर्जाचा उपयोग शेअरर्सच्या वा अन्य सट्टात्मक व्यवहारांसाठी किंवा उद्योगव्यावसायांसाठी करता येत नाही.

कर्जदाराला मालमत्ता सर्वेक्षण व मुल्यांकन शुल्क, मुद्रांक व नोंदणी शुल्क, विधी सल्लागाराचे शुल्क (लिगल चार्जेस) व मालमत्ता निरीक्षण आणि छाननी शुल्क भरावे लागतात.

कर्जदाराला कधीही कर्जाच्या रक्कमेची परतफेड करून आपली वास्तू सोडवून घेता येते. त्यासाठी कोणतेही शुल्क वा आकार लावले जात नाहीत.

उतारवयातील वरिष्ठ नागरिकांच्या या गंभीर समस्येची जाणीवपूर्वक दखल 'दिवाण हाऊसिंग फायनान्स कॉर्पोरेशन लिमिटेड' (डीएचएफसीएल) या खाजगी गृहकर्ज कंपनीने घेतली आहे. डीएचएफ सीएलने 'उलट तारण' (रिव्हर्स मॉर्गेज) या संकल्पनेवर आधारित 'सक्षम' ही योजना भारतात १ सप्टेंबर २००६ रोजी सुरू केली. ही योजना ६० वर्षांवरील वृद्धांसाठी खुली करण्यात आली आहे. ज्या वृद्धांकडे स्वतःच्या मालकी हक्काचे घर आहे आणि किमान १ वर्ष तिथे वास्तव्य आहे आणि ते घर कोणत्याही कायदेकज्ज्यात अडकलेले नाही; या प्रमुख अटींच्या पूर्तीवर 'सक्षम' या योजनेचा भक्कम आधार वृद्धांना घेता येऊ शकतो.

या योजनेनुसार राहत्या घराची योग्य ती किंमत ठरवली जाते व उलट तारण या संकल्पनेअंतर्गत पुढील काळात पैशाच्या स्वरूपात घराची किंमत दरमहा अथवा दर तीन महिन्यांनी किंवा एकरकमी अशा स्वरूपात प्राधान्यानुसार वृद्धांना दिली जाते. पेन्शनच्या जोडीला दरमहा मिळणारी ही भरीव रक्कम वयोवृद्ध जोडपी आपल्या रोजच्या खर्चासाठी, आपले घर सजवण्यासाठी, आपल्या औषधपाण्यासाठी, आपली जुनी कर्जे फेडण्यासाठी, एखादेवेळी नवीन गाडी घेण्यासाठी किंवा देशी-विदेशी सहलीसाठी वापरू शकतात. उलट तारण अर्थात रिव्हर्स मॉर्गेज ही संकल्पना आतंरराष्ट्रीय स्तरावर अतिशय यशस्वी ठरलेली असून भारतातील बदलत्या जीवनशैलीत देखील रूजत आहे. या योजनेचा सर्वात मोठा फायदा

म्हणजे इतर सर्व सोयीसुविधांच्या जोडीला वयोवृद्ध जोडप्यांना त्यांच्या हक्काच्या घरात मृत्युपर्यंत राहता येतं. दोघांच्याही मृत्युपश्चात राहती जागा कंपनीच्या मालकीची होते. परंतु त्यांच्या वारसदारास ती जागा हवी असल्यास वृद्धांनी योजना घेतल्यापासून ते त्यांच्या मृत्यू कालावधीपर्यंत कंपनीने ठरवलेल्या योग्य त्या रकमेची परतफेड करून मालकीहक्क प्राप्त करून घेता येतो. योजनेचा लाभ घेण्यापूर्वी तसे लेखी आश्वासन वृद्धांकडून घेण्यात आलेले असते.

'दिवाण हाऊसिंग फायनान्स कॉर्पोरेशन लिमिटेड' या गृहकर्ज कंपनीने वृद्धापकाळातील आधारस्तंभ म्हणून आणलेली 'सक्षम' योजना सुरू असो किंवा राष्ट्रीयीकृत बँकाँची उलट तारण (रिव्हर्स मॉर्गेज) अर्थसाहाय्य योजना असो, यामुळे अडचणीच्यावेळी आर्थिक उत्पन्न किंवा अर्थ साहाय्य करणारा पर्याय ज्येष्ठ नागरिकांना उपलब्ध झाला आहे.

परमोच्च दानाचा संकल्प

आतापर्यंत आपण फक्त सेवानिवृत्तिपश्चात काळ व्यावहारिक दृष्ट्या आनंदात कसा व्यतीत करता येईल याचाच विचार केला. अमुक एक गोष्ट मला कशी मिळेल किंवा तमुक बाबीतून मला किती लाभ होईल, याचाच खरे तर अधिक विचारविनिमय आपण नेहमीच स्वार्थीपणे करतो. आर्थिक परिस्थिती चांगली असो वा नसो, आपल्या सर्व गरजा भागलेल्या असोत वा नसोत, समाजाला काहीही देताना काही लोकांचे हात मागेच असतात. याला अपवाद बरेच असले तरीही ही संख्या कमीच पडते. आतापर्यंत आर्थिक नियोजनासह आरोग्याच्या खर्चाची तरतूद करण्याबाबत गांभीर्याने विचार केला. आपल्या पश्चात आपल्या संपत्तीचा विनियोग कसा करायचा याबाबत वारसांना मार्गदर्शनही केले. आजपावेतो समाजाप्रती देणे काही कारणांनी जमले नसेल तरीही हे परमोच्च दान देण्याची फक्त इच्छा एका अर्जावर नोंदलीत की आजवरच्या समाज काही प्रमाणात ऋणातून मुक्त झाल्याचे समाधान जिवंतपणी अनुभवायला मिळेल.

केवळ जिवंतपणीच नव्हे तर आपला देह निष्प्राण झाल्यावरही आपण समाजाला काही देऊ शकतो ही इच्छासुद्धा उच्च कोटीची ठरते. आपण जिवंतपणे बरेच काही दान समाजाला दिलेही असेल, पण मेल्यावर दिलेले हे सर्वोच्च प्रतीचे दान आपल्या वारसांनासुद्धा प्रेरणादायी ठरेल. एवढेच नव्हे तर तुमच्या एका दानातून अनेकांना जीवदान मिळणार असेल, काहींना दृष्टी प्राप्त होणार असेल आणि भविष्यातील चांगल्या वैद्यक उपचारांसाठी चांगले डॉक्टर्स तयार होणार असतील तर... त्या दानाला तुमची आणि तुमच्या वारसांची तयारी असेल का? खरे तर या प्रश्नाचे उत्तर प्रत्येकानेच 'होय' म्हणून दिले तर अख्खे आरोग्य विश्व आनंदित होईल.

व्यक्ती मृत झाल्यावर दोन तासांच्या आत नेत्रदान आणि त्वचादान बारा तासांच्या आत करणे आवश्यक असते. एकट्या मुंबईत सुमारे १३,००० भाजलेल्या रुग्णांवर दरवर्षी उपचार होत असतात. या भाजलेल्या रुग्णांना अशा त्वचादानाची मोठी गरज असते. वैद्यकीय महाविद्यालयांना प्रत्येक १०० विद्यार्थ्यांमागे वीस मृतदेह दरवर्षी शवविच्छेदनासाठी आवश्यक असतात. सरकारी वैद्यकीय महाविद्यालयांना बेवारशी मृतदेह मिळूनही पुरेसे मृतदेह मिळत नाहीत तर खाजगी वैद्यकीय

महाविद्यालयांबद्दल बोलायलाच नको. वैद्यक ज्ञान विकसित होऊन चांगले डॉक्टर्स निर्माण व्हायचे असतील तर देहदानाला पर्याय नाही. एड्स, कावीळ, कॉलरा, गँगरीन, रक्ताचा कर्करोग, क्षयग्रस्त किंवा तत्सम सांसर्गिक रोगाने मृत्यू झाला असेल तर किंवा जळलेला किंवा अपघातग्रस्त, शवविच्छेदन केलेला मृतदेह देहदानासाठी स्वीकारला जात नाही. वारसांनी देहदानासाठीचे शव सरकारी वैद्यकीय महाविद्यालयात स्वखर्चाने नेऊन द्यावे लागते.

देहदान इच्छापत्र

मी अशी इच्छा व्यक्त करीत आहे की, माझे नेत्रदान व्हावे, अंधांना दृष्टी मिळण्यास त्याचा उपयोग होईल असे मला वाटते, तसेच जवळच्या वैद्यकीय महाविद्यालयाला माझा देह संशोधनासाठी देण्यात यावा. नातलगांनी व कौटुंबिक डॉक्टरांनी ही माझी अंतिम इच्छा समजावी.

मी वरील दोन्ही दानांचा प्रसार व प्रचार करीन.

नाव : -- सही :

पत्ता : ---

-- दूरध्वनी क्र.----------------

जन्मतारीख : -------------------------------------

साक्षीदार / वारस / जवळचे नातलग

१) --- सही :

२) --- सही :

ज्या व्यक्तींचा मेंदू मृत झाल्याचे घोषित केले जाते अशा व्यक्तीचे डोळे,त्वचा, अस्थी, अस्थिमज्जा, रक्तवाहिन्या, हृदय, फुफ्फुस, यकृत, स्वादुपिंड आणि मूत्रपिंडे यांचे गरजूंना दान होऊ शकते.

देहदान करण्याची इच्छा असणाऱ्या व्यक्तीचा मृत्यू देहदानाची नोंदणी करण्याआधी झाला तरीही देहदान स्वीकारले जाईल. परंतु त्यासाठी जवळच्या नातेवाइकांनी ना हरकत प्रतिज्ञापत्र सादर करणे बंधनकारक आहे.देहदानासाठी मृतदेह नेताना त्या व्यक्तीचे देहदान संस्थेने दिलेले ओळखपत्र, देहदान नोंदणी क्रमांकाचे पत्र आणि डॉक्टरांनी दिलेला अर्ज क्रमांक ४अ मधील मृत्यू दाखला नेल्याशिवाय सरकारी वैद्यकीय महाविद्यालयात तो मृतदेह स्वीकारला जाणार नाही. मृत्यू झाल्यावर जास्तीत जास्त

आठ तासांच्या आत मृतदेह वैद्यकीय महाविद्यालयात न्यावा. देहदान इच्छापत्र / ना हरकत प्रमाणपत्र इथे घ्या.

सर्वांच्या मनात हमखास येणारी एक शंका, धार्मिक विधी कसे करणार? ज्यावेळी समुद्रात बुडून मेल्यामुळे किंवा पूर-भूकंप किंवा अन्य नैसर्गिक प्रकोपामुळे मृतदेह मिळत नाही, तेव्हा ज्याप्रमाणे गव्हाच्या पिठाचा देह करून त्यावर अग्निसंस्कार केले जातात, तसेच विधी करता येऊ शकतात.

देहदानाबाबत कोणतीही माहिती हवी असेल तर या क्षेत्रात गेल्या २५ वर्षांपासून कार्यरत असलेल्या डोंबिवलीच्या 'दधिची देहदान मंडळ' या संस्थेशी संपर्क साधावा.

संपर्क : 'दधिची देहदान मंडळ'

श्री. गुरुदास तांबे, डोंबिवली दूरध्वनी : ०२५१-२४९०७४०/९३२४३२४१५७,

श्री. बाळकृष्ण भागवत, बोरीवली, दूरध्वनी : ०२२-२८६०९६८३/९८२०१६२९२४.

<table>
<tr><td>

To,
The Professor & Head,
Department of Anatomy,

प्रति,
प्राध्यापक व विभाग प्रमुख,
शरीररचनाशास्त्र, ग्रँट मेडिकल,
जे. जे. हॉस्पिटल समूह,
मुंबई ४००००८

</td><td>

Date ______________
तारीख

Name ______________
नाव

Address ______________
पत्ता
____
____
Pincode ______ Tel. ______
पिनकोड   दूरध्वनी

</td></tr>
</table>

Dear Sir / Madam,

I desire to donate my entire body after my death for study and other uses, such as Eye, Skin, Organ donation etc.

मी मरणोत्तर माझा देह वैद्यकीय महाविद्यालयाला नेत्रदान, त्वचादान, अवयवदान किंवा शैक्षणिक उपयोगासाठी देऊ इच्छितो / इच्छिते आपण माझा अर्ज स्वीकारावा, ही विनंती.

Thanking you, धन्यवाद.

Yours Sincerely,

आपला नम्र

NO OBJECTION FROM CLOSE RELATIVES

ना हरकत परवानगी

(Father, Mother, Husband, Wife, Sons etc.)

We have no objection to donate the Body of Shri / Smt. ________________
____Age_______ after his / her death,
for educational and other purposes such as Skin / Organ Donation to Anatomy
Department Grant Medical College, Byculla, Mumbai - 400008 or any other nearest
Medical College.

आम्ही श्री. / श्रीमती -- वय______ ह्यांचा
'देह' त्यांच्या इच्छेप्रमाणे वैद्यकीय महाविद्यालयाला शैक्षणिक कार्यासाठी देण्यास आमची
कोणतीही हरकत नाही. त्यांची इच्छा पूर्ण करण्याचा आम्ही प्रयत्न करू.

	Name / नाव	Relation / नाते
Signature / सही	________________	________________
१. ________________	________________	________________

२.

अवयव दान महादान

देवाने आपल्याला डोळे, त्वचा, यकृत, हृदय, मूत्रपिंड, रक्त प्लीहा यासारख्या अवयवांची अमूल्य भेट दिली आहे. आपण या अवयवांची हेळसांड न करता आरोग्याची योग्य काळजी घेतली पाहिजे जेणे करून आपण निरोगी व आनंदी आयुष्याचा लाभ घेऊ शकू.

आपल्या या जपलेल्या अवयवांची भेट आपल्या मृत्यूनंतर इतर गरजू रूग्णांना दान देऊ शकतो. या अवयव दानाने मृत्यूच्या उंबरठ्यावर उभ्या असलेल्या अनेक रूग्णांना दुसरे जीवन जगण्याची संधी देऊ शकतो. काही अवयव जसे रक्त, बोन मॅरो, यकृताचा काही भाग अथवा एक मूत्रपिंड यांचे आपण जिवंतपणी देखील दान करू शकतो, कायद्याने प्रमुख अवयवांचे दान जिवंतपणी आपण फक्त आपल्या जवळच्या नातेवाइकांसाठीच करू शकतो.

पण हृदय, यकृत, प्लीहा, फुफ्फुसे, डोळे, मूत्रपिंड यांचे दान आपण फक्त आपल्या मृत्यूनंतरच करू शकतो. आध्यत्मिक दृष्ट्या आपण समजतो की आपल्या मृत्यूनंतर आपला आत्मा हे दुसरे शरीर धारण करतो परंतु अवयदान केल्यामुळे आपण व आपले नातेवाईक आपले नातेवाईक आपले पुढचे आयुष्य इथेच दुसऱ्याच्या शरीरात पाहू शकतात. हे रूग्ण आपल्याला नक्कीच धन्यवाद व शुभेच्छा देतात. अवयव दानाच्या या उदात कार्याला जातीचे, धर्माचे अथवा लिंगाचे असले कुठलेच बंधन नाही.

आपणसुद्धा हे करू शकता. तुम्हाला अवयव दान करायचे असल्यास संपर्क साधा.

सौ. सुजाता अष्टेकर : ९८२०३९६७१७, झोनल ट्रान्सप्लांट को ऑर्डिनेशन सेंटर, एल. टि. एम. जी. हॉस्पिटल, कॉलेज बिल्डिंग पहिला मजला, रू. नं. २९, ए स्किन बँक जवळ, सायन पश्चिम, मुंबई - ४०००२२. **Website : www.ztccmumbai.org**

Public Health Department, Government of Maharashtra.
and
Zonal Transplant Co-Ordination Centre, Mumbai

Pledge your organs - Consent Letter

(As perTHOA Rule Form No. 5)

I____

s/o, d/o, w/o Shri._________________________________Age:___________

Address____

____

in the presence of persons mentioned below hereby unequivocally authorize the removal of my organ/organs from my body after my death for therapeutic purposes.

☐ Heart ☐ Liver ☐ Lungs ☐ Kidneys ☐ Pancreas ☐ Intestines

☐ Eyes ☐ Skin ☐ Bone ☐ Heart Valves ☐ Ear Drum

Blood Group : _______________________________
Email id : _______________________________
Contact No. : _______________________________
Signature : _______________________________
Date : _______________________________

Witness 1*
Shri/Smt/Km _______________________________________
s/o, d/p, w/o, Shri._________________________________Age :___________
Address _______________________________________
Relationship _________________________Contact No. :___________
Signature _______________________________________

Witness 2*
Shri/Smt/Km _______________________________________
s/o, d/p, w/o, Shri._________________________________Age :___________
Address _______________________________________
Relationship _________________________Contact No. :___________
Signature _______________________________________

SARASWATI ANMOL RATNA FOUNDATION
Cont. : **JAYS NAGARKAR** (Mb. 9820564401)
Email - nagarkarjay@ymail.com

*Out of two, at least one witness needs to be close relative.

वानप्रस्थी श्रीशिल्लक

"To grow old is to pass from passion to compassion" अल्बर्ट कैम्युसचे हे वचन प्रत्येक सेवानिवृत्ताने लक्षात ठेवले तर वानप्रस्थाकडील वाटचाल सहज आणि आनंदी असेल. वाढत्या वयोमानानुसार आपल्या उत्कट भावनांना आवर घालून घरातील अन्य सदस्यांबद्दल अनुकंपा किंवा कणव प्रदर्शित केली तर वृद्धाश्रमाची गरजच भासणार नाही. आयुष्य सोपं करून जगायला शिकताना आपल्या भौतिक गरजा कमी करायला शिकणे आवश्यक असते. वानप्रस्थ ही खरं तर एक मानसिक प्रवृत्ती आहे. स्वतःला अंतर्मुख करण्याचा काळ नेमका हाच आहे. आपल्या मुलांच्या संसाराकडे आणि अन्य सदस्यांकडे तटस्थपणे बघून, त्यांच्या कोणत्याही व्यवहारांत नाक न खुपसता, आपल्या मनाचा टोल ढळू न देता, जबाबदारीने वागतो तो खरा वानप्रस्थी ठरतो. पाश्चात्य संस्कृतीतसुद्धा 'डिसएंगेजमेंट थेअरी' अमलात आणली जाऊन मुलांना वेगळे तरी केले जाते किंवा स्वतः तरी वेगळे होतात. त्यांच्यापेक्षा आपले बंध अधिकच घट्ट असतात, म्हणून आपणच त्या बंधनात अडकून पडतो आणि मनाविरुद्ध झालं की घर डोक्यावर घेतो. आपले बंध कधी सैल सोडायचे आणि कधी घट्ट करायचे हेच नेमके कळत नाही; भावनेत घुसमटल्यामुळे नात्यात कटुता येते. बरेच उन्हाळे-पावसाळे अनुभवल्याचा उल्लेख आजच्या घरात, बेभरवशी बदलत्या वातावरणात, सर्वच वेळी उपयुक्त ठरेल असे मानणेही चुकीचे ठरू शकते. इतक्या वर्षांत आपण समाजाकडून (अर्थात यात आपल्या कुटुंबाचाही समावेश आहे) काही, ना काही कळत नकळत स्वीकारत आलो आहोत. आता त्या समाजाला काही देणे तुम्हाला शक्य असेल तर प्रयत्न करायला हरकत नाही. केवळ पैसे देऊनच हे देणे दिले पाहिजे असे नव्हे तर तुमचे कौशल्य, बुद्धी, श्रम आणि वेळ यांपैकी जे शक्य असेल ते देऊन समाजऋणातून उतराई व्हायला कोणीच अडवणार नाही.

तारुण्यात आणि मध्यम वयात केलेली व्यसनाधीनता, बेशिस्त जीवनशैली, खाण्यापिण्यातील हेळसांड आणि व्यायामाची कमतरता हे घटक पन्नाशी किंवा साठीनंतर शरीरावर आणि मनावर मोठे आघात करतात. आपण आपल्या तारुण्यात कसे वागलो त्याची चांगली-वाईट फळे आपण वृद्धापकाळात उपभोगत तरी असतो किंवा भोगत तरी असतो. पाल्मरचे एक वाक्य उद्धृत करावसे वाटते. "A comfortable ageing is the reward of well-spent youth." किती समर्पक आणि मोठा अर्थ दडलेला आहे या वाक्यात! आपल्या थकत जाणाऱ्या शरीराला सुद्धा जशी स्नानाची, मर्दनाची आणि व्यायामाची गरज असते तशीच गरज मेंदूला असते, मनाला असते. शांत चित्ताने सारासार विचार करण्याची सवय लावून घेतली तर वाद उद्भवणार नाहीत. 'आमच्या वेळी असं होतं म्हणून...' मी आणि माझे मत आपल्या मुलांनी ऐकलेच पाहिजे हा दुराग्रह आपल्याच मुलांना दूर जाण्यास भाग पडतो. नंतर एकटे पडलो म्हणून हाकाटी पेटण्यात अर्थ नसतो. निवृत्तीनंतर आपल्या घरात कोणत्या समस्या निर्माण होऊ शकतील याचा आधीच आढावा घेऊन त्या समस्या कशा टाळता येतील किंवा त्यांना अन्य पर्याय काय असू शकतील याचा विचार करून त्यादृष्टीने आपली मानसिक तयारी करणे क्रमप्राप्त असते.

ज्यांना वृद्धाश्रमाशिवाय अन्य पर्याय उपलब्ध नसेल त्यांनी वृद्धाश्रमाची निवड करताना पुढील बाबी लक्षात घ्याव्यात. वृद्धाश्रमात किंवा आजूबाजूला निवासी डॉक्टरचा दवाखाना असावा. तो वृद्धाश्रम इस्पितळापासून अधिकतम एक किलोमीटरच्या परिघात असावा. वेळ आल्यास वाहनाची किंवा रुग्णवाहिकेची सुविधा त्या वृद्धाश्रमात असावी. वाचनालय तसेच बैठ्या खेळाची सुविधा असावी. करमणुकीच्या साधनात दूरदर्शन संचासह चांगल्या कार्यक्रमांच्या आणि चित्रपट-नाटकांच्या ऑडिओ-विडिओ सीडीज असाव्यात. दूरध्वनी, संगणक इंटरनेट सुविधेसह उपलब्ध असावेत. आपत्कालीन समयी आपल्या आप्तांना वृद्धाश्रमात धावून येणे शक्य होईल एवढ्या अंतरावर वृद्धाश्रम असेल तर योग्यच ठरेल. प्रायोगिक तत्त्वावर दोन-तीन वृद्धाश्रमांत काही दिवस राहून अनुभव घेऊन मगच दीर्घ वास्तव्यासाठी वृद्धाश्रम किंवा वानप्रस्थाश्रम निवडणे आपल्याच हिताचे ठरते. (मुंबईत विलेपार्लें येथील लोकमान्य सेवा संघाने संपूर्ण महाराष्ट्रातील सुमारे १२४ वृद्धाश्रमांची माहिती असलेली छोटी पुस्तिका प्रकाशित केलेली असून संपर्कासाठी दूरध्वनी क्रमांक ०२२-२६१४१२७६ व २६१४२१२३.)

वृद्धाश्रमात किंवा वानप्रस्थाश्रमात जाण्याआधी आणि गेल्यानंतरही आपले विद्यमान उत्पन्न-खर्च किती असतील याचा अंदाज घेऊन आपली 'श्रीशिल्लक' तपासून बघावी. वृद्धापकाळात आपल्या वानप्रस्थी श्रीशिल्लकीत फार क्वचितच भर पडते. त्यामुळे ही 'वानप्रस्थी श्रीशिल्लक' जपणे खूपच मोलाचे ठरते.

हे करा

- सेबीकडे नोंदणीकृत असलेल्या मध्यस्थांकडेच व्यवहार करा
- नामांकन किंवा संयुक्त नावे जर संयुक्त नावे नको असेल तर आपल्या गुंतवणुकीसाठी नामांकन करणे कधीही योग्य ठरते.
- गुंतवणुकीची नोंद ठेवा. (झेरॉक्स कॉपीसहित)
- दिवसअखेर तुम्हाला केलेल्या शेअर्समधील व्यवहाराची पावती (कॉन्ट्रॅक्ट नोट) मिळण्याची खात्री बाळगा.
- खरेदी करण्यापूर्वी तुमच्याकडे पैसे असल्याची खात्री करा.
- शेअर्सची विक्री करण्याआधी ते तुमच्या खात्यात जमा असल्याची खात्री करा.
- तुमच्या दलाल/एजंट/डिपॉझिटरी पार्टीसिपन्ट यांना स्पष्ट आणि गोंधळात न टाकणाऱ्या सूचना द्याव्यात.
- वर्तमानपत्रे, टी. व्ही. चॅनेल्स, वेबसाईटस् वगैरे प्रसिद्धीमाध्यमांतून दिल्या जाणाऱ्या टीप्सच्या प्रभावाखाली प्रेरीत होऊन गुंतवणुकीचा निर्णय न घेता स्वत: माहिती मिळवून निर्णय घ्यावा.
- कंपनी ठेवीत गुंतवताना पतमापन श्रेणी तपासा.
- निधी उपलब्धतेनुसार उद्दिष्टांची सांगड.
- सोन्याची गुंतवणूक वळी, चिप्स, बिस्किटस्, ई-गोल्ड युनिटस् आणि गोल्ड एक्स्चेंज ट्रेडेड फंड युनिट्समध्ये करणे योग्य ठरते.
- जर अविवाहित असाल, विवाहित असून अपत्य नसेल किंवा एकापेक्षा अधिक अपत्ये असतील तर जरूर मृत्युपत्र (इच्छापत्र) बनवा.

हे करू नका

- नोंदणीकृत नसलेल्या ट्रेडींग मेंबर्स / सबब्रोकर्सशी व्यवहार करू नका.
- तुमच्या चांगल्या विश्वासातील व्यक्तींकडूनही व्यवहाराची कागदपत्रे घेण्यास विसरू नका.
- अवास्तव उत्पन्न दराच्या आमिषाला बळी पडू नका.
- अफवांना बळी पडून व्यवहार करू नका.
- प्रत्येक गुंतवणुकीतील जोखीम लक्षात घ्यायला विसरू नका.
- पुढील दिनांकीत धनादेशाच्या हमीला बळी पडू नका.
- संबंधित व्यक्ती आणि योग्य अधिकाऱ्यांकडे संपर्क करण्यास संकोच करू नका.

परिचय

विनायक श्रीरंग कुळकर्णी

बी. एस्सी. (रसायन शास्त्र), पोस्ट ग्रॅज्युएट डिप्लोमा इन फायनान्शिअल ॲडव्हायझिंग

■ भारत सरकार संचालित लघुउद्योग उत्पादन व्यवस्थापन अभ्यासक्रम

■ ॲम्फी (Assocoation of Mutual Funds of India) प्रमाणित आर्थिक सल्लगार.

३०२, ॲव्हॉन गॅलॅक्सी, टाटा स्टीलसमोर, दत्तपाडा रोड, बोरीवली (पूर्व), मुंबई ४०००६६. फोन : ९८९२१५२९२८ email : vvskul@yahoo.com

व्यवसाय	:	गुंतवणूक समुपदेशक आणि आर्थिक स्तंभलेखक
बचत व गुंतवणुकीसाठी समुपदेशन	:	ओबेरॉय हॉटेल, ताज फ्लाईट किचन, ताज प्रेसिडेंट, टाटा कॅन्सर हॉस्पिटल, बीएआरसी हॉस्पिटल, टाटा स्टील, हिंदुस्तान लिव्हर, होली स्पिरीट हॉस्पिटल, कॅम्लिन, फिलिप्स इंडिया, इंडियन नेव्ही इत्यादी कंपन्यातील कर्मचाऱ्यांसाठी समुपदेशन. याशिवाय, महाराष्ट्रभर 'आर्थिक साक्षरता' वाढीसाठी व्याख्याने, इंटरकनेक्टेड स्टॉक एक्स्चेंज ऑफ इंडियाच्या गुंतवणूकदार प्रशिक्षण वर्गाचे व्याख्याते.
लेखनविषयक पुरस्कार व सन्मान	:	■ १९८९मध्ये मॉस्को नभोवाणीवर 'प्रिय आजोबा' व 'माय पेरेंट्स' या दोन बालनाटिकांचे मराठीतून सादरीकरण. ■ १९९०मध्ये जर्मनीतील डॉईश वेले नभोवाणीवर हिंदी कथेची नोंद. ■ १९९६मध्ये लोकप्रभेतील दोन लेखांना मुंबई वृत्तपत्र लेखक संघाचा अर्थवेध प्रथम पुरस्कार. ■ चिंटू आणि चिंगी या बालकथा संग्रहास १९९६ सालचा सर्वोत्कृष्ट बालकथा संग्रहाचा कै. आशा गवाणकर बालसाहित्य पुरस्कार. ■ २००३ मध्ये लायन्स क्लब इंटरनॅशनलचा प्रदीर्घ काळ आर्थिक स्तंभलेखनाच्या उत्कृष्ट कामगिरीबद्दल सन्मान चषक ■ २००९ मध्ये सारस्वत प्रकाशन विश्वस्त संस्थेचा प्रदीर्घ काळ आर्थिक स्तंभलेखनाच्या उत्कृष्ट कामगिरीबद्दल अर्थतज्ज्ञ कै. गो. मं. लाड स्मृती पुरस्कार. ■ 'गुंतवणूक मित्र' या आर्थिक विषयावरील पुस्तकास मुंबई मराठी पत्रकार संघाचा २००८ मधील सर्वोत्कृष्ट पुस्तक म्हणून जयहिंद प्रकाशन पुरस्कृत, कै. ग. का. रायकर पुरस्कार.

सामाजिक उपक्रम

सन्मान	:	▪ २००२ मध्ये स्वच्छ मुंबई उपक्रमातील कामगिरीबद्दल मुंबईच्या नगरपालांकडून सन्मानपत्र. ▪ महिलाप्रधान बचत संस्थेसाठी रोजगार साधन निर्मिती संकल्पना व कृतीबाबत अल्पबचत संचालनालय, अर्थमंत्रालय - केंद्र सरकारतर्फे महाराष्ट्राच्या अर्थमंत्र्यांकडून सन्मानपत्र.
प्रकाशित पुस्तके	:	▪आर्थिक विषयांवरील पुस्तके १) गुंतवणूक कुठे व कशी २) घरासाठी कर्ज ३) बँक कुणासाठी, कशासाठी ४) गुंतवणूक आणि आयकर मार्गदर्शन ५) स्वेच्छानिवृत्ती आणि गुंतवणूक ६) गुंतवणूक मित्र ७) कर्ज घेताना ८) विम्याचे वरदान ९) गुंतवणुकीचं ग म भ न १०) गोष्टी पैशाच्या ११) 'तिची' लक्ष्मी १२) श्री शिल्लक ▪ अन्य पुस्तके : ▪ तीन बाल कथासंग्रह ▪ एक नाट्यछटा संग्रह ▪ सहा बालनाटिका व एकांकिका संग्रह
स्तंभलेखन	:	दैनिक सकाळ, साप्ताहिक लोकप्रभा, दैनिक लोकसत्ता, दैनिक नवशक्ति, साप्ताहिक विवेक, दैनिक सुनापरान्त (कोंकणी), साप्ताहिक मार्मिक, दैनिक सामना, दैनिक तरुण भारत, दैनिक नवाकाळ, दैनिक पुण्यनगरी, दैनिक नवभारत टाईम्स (हिंदी) इत्यादीतून २५०० हून अधिक लेख.
नाट्यविषयक उपक्रम	:	▪ १९८८ साली राज्यस्तरीय हिंदी एकांकिका स्पर्धेत अभिनयाचे उत्तेजनार्थ बक्षीस. ▪ सुधा करमरकरांच्या लिटल थिएटर संस्थेतून चार बालनाट्यांत भूमिका. तसेच बालनाट्य प्रशिक्षण वर्गात सहभाग. ▪ 'इथे ओशाळला मृत्यू' व 'शपथ तुला जिवलगा' या व्यावसायिक नाटकांत भूमिका.
आकाशवाणी कार्यक्रम	:	१९८५ पासून आकाशवाणी मुंबई केंद्रावरून लहान मुलांसाठी कथा, नाट्यछटा, मालिका व बालनाट्य लिखाणासह युववाणी, कामगार सभा, अर्थवाणी इत्यादि कार्यक्रमांतर्गत एकूण १२१ कार्यक्रम.
दूरदर्शन कार्यक्रम	:	वादसंवाद, हॅलो सखी, झी न्यूज मराठी, झी नमस्कार, आयबीएन लोकमत इत्यादी चर्चात्मक कार्यक्रम.